वाटणी

कृष्णा पाटील

#AnyoneCanPublish with
सकाळ प्रकाशन

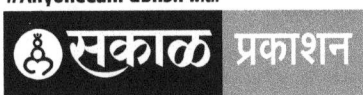

#AnyoneCanPublish with

Watani
© Krushna Patil, 2024
वाटणी
© कृष्णा पाटील, २०२४

अद्ययावत चौथी आवृत्ती	: जानेवारी २०२४
प्रकाशक	: सकाळ मीडिया प्रा. लि.
	५१५, बुधवार पेठ, पुणे-४११ ००२
मुखपृष्ठ, मांडणी आणि मुद्रितशोधन	: सारद मजकूर, पुणे
मुद्रणस्थळ	: विकास प्रिंटिंग ॲण्ड कॅरिअर्स प्रा. लि.
	प्लॉट नं. ३२, एमआयडीसी, सातपूर, नाशिक
ISBN	: 978-81-19311-57-6
संपर्क	: ०२०-२४४० ५६७८ / ८८८८८४९०५०
	sakalprakashan@esakal.com

आई आणि दादा,
तुम्ही नेहमी सांगत होतात,
'सरळ मार्गानं चालावं, संकटाचा दगड करून त्यावर उभं राहावं!'
कसल्याही संकटाच्या पायऱ्या चढायला तुम्ही दोघांनीच बळ दिलं;
पण आज तुम्ही नाहीत.
म्हणून तुमच्या आठवणींना हे पुस्तक अर्पण!

मनोगत

चौथ्या सुधारित आवृत्तीच्या निमित्तानं दोन शब्द...

'वाटणी'ची चौथी अद्ययावत आवृत्ती वाचकांच्या हाती देताना अत्यंत आनंद होत आहे. 'वाटणी' हे पुस्तक प्रथम जून २०१७ मध्ये प्रकाशित झालं. इतक्या अल्पावधीत चौथी आवृत्ती काढावी लागली, यातच वाचकांच्या चोखंदळ प्रेमाबद्दल सर्व काही आलं.

वकिली करताना अनेक प्रकारची माणसं भेटतात. निष्पाप, उदार, लोभी, स्वार्थी. त्यांचे राग-लोभ जवळून पाहायला मिळतात. त्यांचे अज्ञान जाणवते. वाद समजतो. मत्सर समजतो. माणसांच्या या नातेसंबंधाबद्दल मला अप्रूप वाटायचं. यावर मी लिहीत होतो. कधीकधी लिहिलेलं सोशल मीडियावर टाकत होतो.

सोशल मीडियावर यातील काही कथा भरपूर फिरल्या. शेअर झाल्या. कमेंट्सचा पाऊस पडला. अनेक वाचकांचे फोन आले. 'या कथा सत्य आहेत का? न्यूझीलंडवरून तो मुलगा आला का? कांता काकू कुठे असते? नंदूशेठ सध्या काय करतात? सत्तूचा फोन नंबर मिळेल का? अंबू नानीचे गाव कोणते? असे असंख्य प्रश्न विचारले जायचे. या असंख्य प्रश्नांवरून या कथा वाचकांना भावतात, आवडतात ते कळू लागले; परंतु साहित्यविश्वात या कथा प्रथम दुर्लक्षित राहिल्या. तरीही त्यानंतर लगेचच दुसरी आवृत्ती निघाली.

एके दिवशी अनिल अवचट (बाबांचा) सरांचा फोन आला. त्यांनी 'वाटणी' हीच कथा वाचली होती. बाबा म्हणाले, 'लिहीत राहा. लिहिण्यातला जिवंतपणा हरवायचा नाही.' बाबांचा फोन ऐकून खूप बरं वाटलं. आत्मविश्वास वाढला. पुन्हा लिहिण्याची उर्मी मिळाली. मी लिहीत राहिलो. आज ते पुस्तकरूपानं आपल्यापुढे येत आहे.

'वाटणी' हे पुस्तक लिहिताना मला साहाय्य करणाऱ्या सर्वांचा उल्लेख करणं शक्य नाही. तरीही या कथासंग्रहाला अनेक जणांनी प्रत्यक्ष किंवा अप्रत्यक्षपणे मदत केलेली आहे. या सर्वांमुळेच कथासंग्रहाची चौथी आवृत्ती वाचकांपुढे येत आहे. हा नव्या फॉर्ममधला वेगळा प्रयोग वाचकांना रुचेल अशी आशा आहे.

मी लिहिलेलं पुस्तकरूपात येण्याकरता ज्यांनी प्रेरणा दिली ते म्हणजे माझे गुरुवर्य मराठीचे प्राध्यापक डॉक्टर बाबुराव गुरव सर. (मी सायन्सचा विद्यार्थी असूनही कधीकधी सरांच्या तासाला बसत होतो.) त्यांचा उल्लेख केल्याशिवाय पुढे जाऊच शकत नाही. रोज सायंकाळी मी मित्रांना घेऊन फिरायला जातो. कधीकधी सर बरोबर असतात. मग काय? मराठी साहित्यविश्वच समोर उभा राहतं. महाराष्ट्रातील नामवंत लेखक आणि

साहित्याचे विविध प्रकार यावर सखोल बोलत राहतात. सरांची माझ्यापाठी शाबासकीची आणि कठोरपणे दुरुस्तीची थाप नसती, तर आज हा लेखनप्रपंच शक्यच नव्हता; पण तरीही मी सरांचे आभार मानणार नाही. कारण त्यांचा आशीर्वाद मला आयुष्यभर हवा आहे.

पहिल्या आवृत्तीपासून चौथ्या आवृत्तीपर्यंतच्या प्रवासात मला सहकार्य करणारी माझी सहचारिणी भारती अविरत मदत करते. टायपिंगपासून ते वाचून किरकोळ बदल सुचवण्यापर्यंत तिची साथ वाखाणण्याजोगी आहे. मी लिहितो. मग ते टाईप करतो. त्या अगोदर त्याचं वाचन ॲड. सायली आणि ॲड. संकेत ही माझी दोन्ही मुले करतात. अभिप्राय देतात. अमुक एका कथेवर पिक्चर निघू शकतो, असं सांगतात. त्यातून मला वेगळीच ऊर्जा मिळते. ती ऊर्जा अनुभवण्याचा माझा आनंद तितकाच ग्रेट असतो. त्यामुळे दोन्ही मुलं आणि भारती यांचे ऋण व्यक्त करावे तेवढे थोडेच आहेत.

संपूर्ण पुस्तक वाचून झाल्यावर खराखुरा अभिप्राय नोंदवला जातो तो ॲड. प्रवीण पाटील यांच्याकडून. त्यांचेही मनापासून आभार.

मी लिहिलेलं टाईप करणे, एडिट करणे वगैरे बरेच सोपस्कार पार पाडावे लागतात. यासाठी कोर्ट कामांतून वेळ मिळणे अवघडच असते; मात्र ही सर्व कामे अत्यंत काळजीपूर्वक माझे सहकारी रोहित पाटील आणि ॲड. श्रीनाथ माळी हे करतात. केवळ हेच काम करून थांबत नाहीत, तर ते मला लिहिण्यासाठी बळ देतात. कोर्ट कामांतून फुरसत देतात. ऑफिसच्या स्टाफपेक्षा कौटुंबिक नातेसंबंध त्यांनी जपले आहेत. त्यांचे आभार मानायला खरंतर शब्दच नाहीत.

कोर्ट कामांतून वेळ मिळण्यासाठी ऑफिसचं काम वेळच्या वेळी होणं गरजेचं असतं. त्यासाठी सर्वांचीच मनापासून काम करण्याची इच्छा असावी लागते. त्याबाबतीत ॲड. वैष्णवी पाटील मॅडम आणि ॲड. माधुरी सुतार मॅडम खूप मनापासून काम करतात. त्यांचं अभिनंदन करण्याबरोबरच आभारही मानणं मला योग्य वाटतं.

'वाटणी'ची चौथी आवृत्ती काढण्याचं फार मनावर घेतलं ते अमृता देसर्डा मॅडम यांनी. या चौथ्या आवृत्तीचं बऱ्यापैकी श्रेय त्यांनाच जातं.

बोलकं आणि सुंदर मुखपृष्ठ तयार करणारे प्रतीक काटे यांचेही आभार. पुस्तकाची मांडणी आणि सजावट उत्तमप्रकारे केल्याबद्दल 'सारद मजकूर'चेदेखील मन:पूर्वक आभार.

'वाटणी' ही चौथी सुधारित आवृत्ती वाचकांना आवडेल, असा मला विश्वास वाटतो.

– कृष्णा पाटील

वेगळी वाट शोधणाऱ्या कथा

कृष्णा पाटील हे नव्या दमाचे कथा लेखक आहेत. 'वाटणी' या त्यांच्या पहिल्या कथासंग्रहाची अल्पावधीत चौथी आवृत्ती वाचकांच्या हाती देत आहोत. या कथासंग्रहाच्या अनेक आवृत्त्या प्रसिद्ध होतील, असं मला वाटतं. कारण या कथासंग्रहावर वाचकांच्या उड्या पडत आहेत. यातल्या काही कथा व्हॉट्सअॅपवर प्रसिद्ध झाल्या होत्या. तिथं त्यांना वाचकांचा प्रचंड प्रतिसाद लाभला आहे. एक वाचक दहा-दहा मित्रांना कथा शेअर करत होता. आधीच कथांना प्रसिद्धी मिळाल्यानं फारशी वितरण व्यवस्था नसतानाही काही महिन्यांत पहिली आवृत्ती संपली. दुसरी आवृत्तीही हातोहात संपली. पुण्या-मुंबईच्या वितरकांना कथासंग्रहाची चलती समजल्यावर शेकड्यानं प्रती रोख किंमत आधी भरून त्यांनी ताब्यात घेतल्या. थोडक्यात 'वाटणी' हा कथासंग्रह कमालीचा संवादी आणि वाचकप्रिय आहे.

कृष्णा पाटील हे बीएस्सी, एलएलबी आहेत. गेली २० वर्षं ते तासगांव सांगलीमध्ये यशस्वीपणे वकिली करत आहेत. ते चांगले सामाजिक कार्यकर्ते असून प्रभावी, अभ्यासू, गोष्टीवेल्हाळ वक्ते आहेत. त्यांनी सुरुवातीला 'तरुण मना तू अस्वस्थ का होत नाहीस?' नावाची छोटी पुस्तिका लिहिली. त्यानंतर 'वारं आमच्या हक्काचं' नावाचं पवनचक्कीच्या लूटमारीवर प्रकाश टाकणारं पुस्तक लिहिलं. 'ढाल, तलवार आणि घोडा यापलीकडचे शिवराय' नावाची प्रभावी पुस्तिका लिहिली. त्यानंतरचा 'वाटणी' हा कथासंग्रह प्रकाशित झाला. 'वाटणी' कथासंग्रहानंतर 'मोलाची ठेव' हा कथासंग्रहही प्रकाशित झाला आहे. लेखनाची गती आणि वाचकांचा प्रतिसाद पाहता हा लेखक एक यशस्वी प्रसिद्ध कथा लेखक म्हणून पुढे येणार यात शंका नाही.

आपल्या कथालेखनाबद्दल लेखक म्हणतो, 'वकिली करताना अनेक प्रकारची माणसं भेटतात. निष्पाप, उदार, लोभी, स्वार्थी. त्यांचं अज्ञान जाणवतं. वाद समजतो. मत्सर लक्षात येतो. माणसांच्या या नातेसंबंधाबद्दल मला अप्रूप वाटायचं. यावर मी लिहीत होतो. कांताकाकू, रंगाबापू, नंदूशेठ अशी पात्रं आपणाला प्रत्यक्ष जीवनात भेटल्याचंही लेखक सांगतो. या कथांमधली माणसं लेखकाला कधी ना कधी, कुठं ना कुठं भेटली आहेत. आपल्या कथा, संघर्ष, व्यथा, प्रश्नांसह भेटली आहेत. कुठलाही कलावंत अनुभवाला कलेचं रूप देत मूळ घटना, प्रसंग, विषय यांना फिनिशिंग, पॉलिशिंग कमी-जास्त करतो. या कथासंग्रहाबाबतीतही असंच म्हणता येईल. मूळ कथावस्तू,

समस्या खऱ्या आणि अस्सल असल्यानं या संग्रहातल्या कथा वाचकांच्या मनाला भिडतात.'

कथेचा आकृतिबंध घटक, कथालेखन पद्धती यासंदर्भात हा लेखक पूर्णपणे अनभिज्ञ आहे. लेखनाची ती बाजू पाहिलेलीच नाही. साहजिकच कथेचा आशय भावनिक भाग याकडे लेखक जास्त झुकतो. त्यातून लेखन वाचनीय होतं. या संग्रहातल्या कथा या कथालेखनाच्या रूढ चौकटीत बसत नाहीत. कथेच्या क्षेत्रातले अनेक संकेत लेखकानं झुगारून दिले आहेत. मराठी साहित्यात संकेतांचा बुजबुजाट झालेला आहे. पारंपरिक आकृतिबंधाचे सर्व संकेत झुगारले आणि हेच कृष्णा पाटील यांचे मोलाचे वैशिष्ट्य ठरले.

भावना फुलवणारे वातावरण, अनुरूप प्रसंगांची निवड, नेमकी शब्द योजना, सूचकता, आवश्यक तेवढ्याच पात्रांची निवड, कथानकाला हात घालणारी सुरुवात आणि परिणामकारक शेवट ही या संग्रहातल्या कथांची वैशिष्ट्यं म्हणावी लागतील.

या सर्व कथा वाचकांच्या मनाचा ताबा घेणाऱ्या आहेत. कथांचा हा वेगळाच प्रकार लोकप्रिय करण्यात लेखकाला यश लाभलं आहे. त्यांचा माणसांचा अभ्यास सखोल आहे. मनोव्यापार पकडण्यात लेखक तरबेज आहे. लेखकाची भाषा सोपी, सुंदर, प्रवाही, अव्याक्षर रमणीय आहे. कथा छोट्या आहेत. प्रासादिक, आकर्षक आणि गतिमान आहेत. इथला संघर्ष, सत्य-असत्य, नैतिक-अनैतिक, चांगले-वाईट यामधला आहे. खलपात्रे खोटारडी, विश्वासघातकी आहेत. नायक-नायिका शांत, संयमी, कर्तृत्ववान, क्षमाशील आहेत. पात्रांचं चित्रण करताना लेखक खोलात जातो; पण घटना-प्रसंगांतून विचलित न होता वर्णन आणि निवेदनातून पात्रं पुढं येतात. घटना-प्रसंगांची सखोल वीण सापडली आहे. इथं सत्याचा विजय आणि विजयच ठरलेला आहे. असत्याचा पराभव, दयनीयता ठरलेली आहे. वाचकांना हृदयस्पर्शी लिखाण हवं असतं. नेमकं तेच या कथांमधून मिळतं.

लेखक नवोदित आहे. दमदार, अनुभवसंपन्न आणि शैलीदार आहे. पहिलेपणा संपला की, मानवी मनात, मनोव्यापारात खोलवर व्यापक अंगानं प्रवेश करेल, यात मला शंका वाटत नाही. पुढील लिखाणात साहित्याच्या सर्व अंगांचीही कृष्णा पाटील योग्य ती दखल घेतील. वास्तवाचं भीषण वैविध्यपूर्ण रूप खोल सूर मारून आपल्यासमोर ते मांडतील. त्यांच्या नव्या कलाकृती अधिक सखोल, वास्तव आणि परिणामकारकही असतील, असा मला विश्वास आहे. 'वाटणी'च्या या नव्या आवृत्तीस माझ्या शुभेच्छा!

– प्रा. डॉ. बाबुराव गुरव

अंतरंग

वाटणी

सकाळची वेळ होती. मी नेहमीप्रमाणं ऑफिसमध्ये बसलो होतो. एक पक्षकार आले. त्यांच्या हातात वायरची पिशवी होती. त्यामध्ये बरीच कागदपत्रं होती. कागदांचं भेंडोळंच होतं. रापलेला चेहरा. वाढलेली दाढी. मळलेले कपडे. अंगावर शेतात राबल्याच्या खुणा. कुणाबद्दल तरी प्रचंड राग. समोरच्याला भीती वाटावी असा त्यांचा अवतार होता. त्यांच्या एकूण वर्तनावरून घरामध्ये काहीतरी विपरीत घटना घडलेली असावी, असं दिसत होतं.

मी त्यांना बसायला सांगितलं. ते समोरच्या खुर्चीत बसले. शेतात राबल्याच्या खुणा अंगाअंगावर दिसत होत्या. त्यांचं सगळं शरीर काळं पडलं होतं. ते बरेच दिवस कुठल्यातरी तणावात असावेत, असं चेहऱ्यावरून तरी वाटत होतं.

"बोला, काय काम होतं?" मी विचारलं.

ते म्हणाले, "सगळ्याच जमिनीवर स्टे लावायचाय. मी कागदपत्रं आणलीत. आणखी काय कागदं लागतील ते सांगा. किती खर्च येईल ते पण सांगा."

त्यांनी आणलेली कागदपत्रं माझ्यासमोर ठेवली. मी ती सर्व कागदपत्रं तपासली. त्यांच्याकडून तोंडी माहितीही घेतली, तेव्हा भावाभावांची तक्रार असल्याचं लक्षात आलं. जमीन एकत्र कुटुंबाची आहे का? वडिलोपार्जित आहे का? भावानं अगर यांनी खरेदी केली आहे का? अशी सर्व चौकशी केली. त्यात अर्धा-पाऊणतास गेला. प्राथमिक चौकशीमध्ये काही गोष्टी माझ्या लक्षात आल्या. तेव्हा मी त्यांना म्हणालो, "मी अजून कागदपत्रं पाहतो, त्यांचा अभ्यास करतो आणि तुमची केस कोणत्या कायद्यानं दाखल करायची याचा विचार करतो. तुम्ही असं करा, चार दिवसांनी परत या."

ती पिशवी तशीच ठेवून पक्षकार निघून गेले. दुसऱ्या दिवशी मी ती पिशवी उघडली. त्यात बरीचशी जुनीपुराणी कागदपत्रं होती. जमिनीचे उतारे होते. काही नकाशे होते. खातेउतारे होते. लाईटबिलाच्या पावत्या होत्या. घरपट्टी, पाणीपट्टी भरलेल्या पावत्या होत्या. भावाला पाठवलेली काही जुनी पत्रं होती. दवाखान्याची काही बिलं, जुन्या

देण्याघेण्याच्या, उसणवार पावत्या, काही कर्जाच्या पावत्या, काही कर्जफेड केलेल्या पावत्या अशा आणखी बऱ्याच चिठ्ठ्याचपाट्या होत्या.

एक-एक करत मी कागद वाचू लागलो. थोड्या वेळात लक्षात आलं, की कागदपत्रांची बरीच सरमिसळ असून जमिनीच्या कागदपत्रांसह इतरही बरीच कागदपत्रं यामध्ये आहेत.

मी जमिनीच्या कागदपत्रांची एक वेगळी फाईल तयार केली. सातबारा, खातेउतारे एकत्र केले. घरपट्टी, पाणीपट्टी आणि इतर बिलं यांची एक वेगळी फाईल बनवली. दोघा भावांमधला जो पत्रव्यवहार होता, त्याची एक फाईल बनवली आणि जमिनीच्या कागदपत्रांच्या आधी मी दोघा भावांमधला पत्रव्यवहार वाचून काढला. एका भावानं दुसऱ्या भावासाठी केलेले कष्ट पानापानांवर दिसत होते. भावासाठी केलेल्या त्यागाचा उत्तम नमुना म्हणजे तो पत्रव्यवहार होता.

चार दिवसांनी ते पक्षकार पुन्हा आले. तसाच अवतार. भावाबद्दलचा राग अजूनही कमी झाला नव्हता. डोळे तांबारलेले होते. कपाळावर आठ्या तशाच होत्या. कालपासून त्यांनी काही खाल्लं नसावं, असंही वाटत होतं. कधी एकदा कोर्टात केस घालतोय आणि भावाचा बदला घेतोय, असं त्यांना झालं होतं. ते आल्या आल्या बोलायला लागले, "साहेब, स्टे लवकर मिळायला पाहिजे. त्याच्या कोल्हापुरातल्या घरालासुद्धा स्टे लागायला पाहिजे. गेले आठ-दहा दिवस मी झोपलो नाही. काहीही करून मला स्टे मिळवायचा आहे."

मी त्यांना बसायची खूण केली. ते बसले. चार दिवस मी त्यांच्या कागदपत्रांचा अभ्यास केला होता. तोंडी माहिती अगोदरच घेतली होती. मला त्यांच्या कौटुंबिक वादाचा पूर्ण अंदाज आला होता. भावाभावांमध्ये कशामुळं अंतर आलं होतं, तेही मला समजलं होतं. मग मीच बोलायला सुरुवात केली.

"मी तुमची सर्व कागदपत्रं पाहिली आहेत. त्यातून मला तुमच्या कुटुंबाची बऱ्यापैकी माहिती मिळाली आहे. तुम्ही दोघं भाऊ, एक बहीण. बरोबर ना?"

त्यांनी 'होकारार्थी' मान हलवली. मग मी पुढे बोलू लागलो, ते शांतपणे ऐकून घेऊ लागले.

"तुमचे आई-वडील लहानपणीच गेले. तुमचं शिक्षण नववी पास. तुम्ही धाकट्या भावाच्या शिक्षणासाठी शाळा सोडली. भाऊ एमए, बीएड झाला. त्याच्यासाठी तुम्ही रानात लंगोटीवर राबलात. नेवरा दाजीच्या विहिरीवर दगडं फोडली. सदाबापूच्या उसात चऱ्या पाडल्या. बापू दादाच्या बागेत खुडा पाडला. रंगा नानाच्या शेतात पेंढ्या बांधल्या. तुका बापूंच्या ताली नांगरल्या. आप्पा दादांची वाकुरी तोडली. तुका नानांच्या सऱ्या सोडल्या. खाशा बापूची रताळी खंदली. अशी कामं करून अंग काळं पडलं. हातावर घट्टं पडलं; पण तुम्ही भावाच्या शिक्षणाला पैसा कमी पडू दिला नाही. आपला भाऊ शिकतोय, याचा तुम्हाला अभिमान होता. जिगर होती. कुटुंबासाठी, भावासाठी राबण्याची तयारी

होती. आई-बापाच्या माघारी प्रपंच करून दाखवण्याची जिद्द होती.

"एकदा तुमची बहीण शेतात गुरं चारत होती. तुम्ही त्याच शेतातलं बाटूक काढत होतात. तुमचा भाऊ शाळेतून आला होता. कसा तो म्हशीला आडवा गेला आणि त्याच्या अवघड जागी शिंग लागलं. संपूर्ण शरीर रक्तबंबाळ झालं. शेतात दुसरं कुणीही नव्हतं. वाहनाची व्यवस्था नव्हती. जवळ सायकलसुद्धा नव्हती. बोरगावचा दवाखाना पाच मैलांच्या अंतरावर होता, तेव्हा तुम्ही भावाला खांद्यावर घेतलं आणि सरळ बोरगावची वाट धरली.

"चालून चालून तुम्हाला दम भरत होता. पाय थकत होते. त्यातूनही तुम्ही खांद्यावर टाकलेल्या भावाला अधूनमधून हाक मारत होतात. कारण तो बेशुद्ध पडेल याची तुम्हाला भीती होती. अंगावर रक्त सांडलं होतं. घामाच्या धारा लागल्या होत्या; पण कुठंही न थांबता तुम्ही धावतच राहिलात. त्याला बोरगावला दवाखान्यात नेलं, तेव्हा डॉक्टर म्हणाले होते, 'अजून अर्धा तास गेला असता, तर काहीच उपयोग झाला नसता. तुम्ही वेळेत आलात, म्हणूनच हा वाचला.' पण तुम्ही भावाला खांद्यावरून आणल्याचं डॉक्टरांना समजल्यावर ते आश्चर्यचकित झाले होते. 'मुठीएवढा जीव, पण भावाला खांद्यावरून इथपर्यंत आणलंत,' असं म्हणत डॉक्टरांनी तुमच्या पाठीवर शाबासकीची थाप दिली होती. खरं म्हणजे त्यावेळी तुमचं पण कळतं वय नव्हतं, फक्त कळती माया होती. 'आई-बापाच्यामागं याचा मीच आई आणि बाप,' ही भावना होती.

"तुमचा भाऊ ज्यावेळी बीएला गेला, त्यावेळी तुमचा ऊर भरून आला होता. भाऊ शिकणार. घरादाराचं नाव मोठं करणार. गावात तुमचं वजन वाढणार. घराला आणखी इज्जत मिळणार. भाऊ ऑफिसर होणार. मग तुमची गरिबी जाणार. कष्ट संपणार... अशी कितीतरी स्वप्नं तुम्ही पाहिली होती. तुम्ही पुन्हा जोमानं कष्ट उपसायला लागलात. 'भावाला पैसा कमी पडू द्यायचा नाही, कितीही राबायला लागू दे,' अशीच तुमची भावना होती.

"तुम्ही कष्ट करत होतात. भाऊ शिकत होता. एका वर्गात पास होऊन दुसऱ्या वर्गात जात होता; पण अचानक त्याला किडनीचा त्रास सुरू झाला. त्यामुळं त्याचे पाय सुजायचे. पोटात दुखायचं. त्याला रात्रभर झोपच लागायची नाही. त्याच्याशेजारी बसून तुम्हीही जागेच असायचात. तपासणी केली; तेव्हा लक्षात आलं, की एक किडनी निकामी झाली आणि दुसरी कमकुवत आहे. भरपूर दवाखाने केले. औषधं केली. आयुर्वेदिक बघितलं. होमिओपॅथी बघितलं. बाहेरवशाचं बघितलं. देव-देवऋषी केले; पण गुण आला नाही. शेवटी डॉक्टरांनी किडनी काढायला सांगितली.

"घरावर दुःखाचा डोंगर कोसळला. तरण्याताठ्या भावाची किडनी खराब व्हावी? ज्याला साधं सुपारीच्या खांडाचं व्यसन नाही. वयही जास्त नाही. कशामुळं झालं असावं? सारं घर दुचित झालं. तुम्ही रात्रभर तळमळत होतात. या कुशीवरून त्या कुशीवर. डोळे

सताड उघडे; पण भावाला तर वाचवायला हवं. आई-वडील असते तर काही वाटलं नसतं, पण आता जबाबदारी माझीच आहे. भावाबहिणीचं कमी-जास्त मलाच बघावं लागणार. निम्म्या रात्रीपर्यंत ह्याच विचारात होतात, पहाटं कुठं डोळ्याला डोळा लागला. तुम्ही सकाळी उठलात आणि दवाखान्यात गेलात. डॉक्टरांची भेट घेतली आणि त्यांना म्हणालात, 'माझी किडनी बसवता येते का पाहा.'

तेव्हा तुमच्या सर्व तपासण्या झाल्या. भावाच्या तपासण्या अगोदरच झाल्या होत्या. योग असा, की तुमची किडनी भावाच्या किडनीशी तंतोतंत जुळली. त्यावर डॉक्टर म्हणाले, "तुम्ही संमती दिली, तर तुमची किडनी भावाला बसवता येऊ शकते. मग तो वाचू शकतो." तेव्हा तुम्ही काहीही न बोलता पेपरवर सह्या केल्या आणि पेपर डॉक्टरांकडं देत असताना म्हणालात, 'डॉक्टर, पण माझा भाऊ यातून पूर्णपणे बरा होईल ना? त्याच्या शिक्षणासाठी मी खूप कष्ट केलंय. माझी बायको आणि माझ्या मुलांकडंसुद्धा मी लक्ष दिलं नाही. कारण तो एकदा ऑफिसर झाला, की आमच्या घराला सुख-समाधान मिळणार आहे.'

"तेव्हा डॉक्टरांनी तुमच्या खांद्यावर हात ठेवला. तुमची पाठ थोपटली आणि पेपर्स घेऊन ते निघून गेले.

"भावासाठी तुम्ही तुमची किडनी दिलीत. तुम्ही बायकोचंसुद्धा ऐकलं नाही. ती बिचारी तळमळत राहिली. कुंकवाच्या धन्याला कमी-जास्त झालं तर? लकलकतं काळीज घेऊन ती झुरत राहिली. रात्र रात्र जागी राहिली; पण तुम्ही तुमच्या निर्णयावर ठाम राहिलात. भावना एकच होती, भावाला ऑफिसर करायचं.

"तुम्ही भावाला म्हणालात, 'ऑफिसर झाल्यावर तुला खूप फिरायचं आहे. नोकरी करायची आहे. तुला आमच्यापेक्षा लय त्रास असणारे. आम्ही रानातली माणसं. आम्हाला एक किडनी नसली, तरी चालतंय. तू शिक. खूप मोठा हो. आई-वडिलांच्या मागं ऑफिसर होऊन आम्हा सर्वांच्या जीवनात सुख-समृद्धी आण.'

"तुमचा भाऊ एमएला गेला. तुम्ही त्याच्यासाठी हॉस्टेल बघितलं. तो हॉस्टेलवर राहायला गेला. तेव्हादेखील सगळा खर्च तुम्हीच पाहात होतात. हवं नको ते बघत होतात. लागेल तेवढा पैसा पुरवत होतात. पोटापाण्याची आबाळ होऊ नये याचीही काळजी घेत होतात.

"गावात मटण पडलं, डबा नेऊन द्यावा. शेतात कणसं आली, कणसं शिजवून द्यावी. शेंगा आल्या, शेंगा नेऊन द्याव्या. कुठला सण आला, तर पुरणपोळ्यांचा डबा नेऊन द्यावा. घरापासून हॉस्टेलचं अंतर पंचवीस किलोमीटर, पण तरी तुम्ही सायकलनं जातच होतात.

"एकदा धुळवड होती. गावात मटण पडलं होतं. तेव्हा सणासुदीला तुमचा भाऊ घरी आला नव्हता. कारण त्याच्या कॉलेजला सुट्टी दिली नव्हती. मग तुम्ही तुमच्या बायकोला

जेवण करायला सांगितलं आणि पहाटंच सायकलला पॅडल मारला.

"पहाटंच्या झुंजूमुंजू अंधारात सायकल चालवताना तुमच्या पायाला कढ येत होते. अंतर तुटत नव्हतं; पण तुम्ही सायकल रेटत राहिलात. कवलापूरपर्यंत गेला आणि सायकलच पंक्चर झाली. आता काय करायचं? हा प्रश्न उभा राहिला. भावाला सकाळच्या न्याहारीला डबा तर द्यायचा होता. मग तुम्ही सायकल तिथंच एका पान टपरीवर लावली आणि डबा हातात घेऊन थेट चालत सुटलात. भावाचं हॉस्टेल तिथून आठ-नऊ किलोमीटरवर होतं. तुम्ही तेवढं अंतर पायी चालत गेलात आणि भावाच्या पुढ्यात मटणाचा डबा ठेवलात. तेव्हा कुठं तुमचा जीव शांत झाला.

"भावाला घासातला घास दिला. शेतात राबलात. घरात राबलात. हिवाळा नाही. पावसाळा नाही. ऊन नाही. सावली नाही. कशाचाच विचार केला नाहीत. साऱ्या गावाचा रोजगार केला; पण भावाचं शिक्षण पूर्ण केलंत.

"शिक्षण पूर्ण झाल्यानंतर भाऊ घरी आला. आता त्याला नोकरी लागणार होती. तसा तोही नोकरीच्या शोधात होता. नोकरी शोधत शोधत तो घरकाम करू लागला. शेतकामात मदत करू लागला; परंतु तुम्ही त्याला इकडची काडी तिकडं करू दिली नाही. तुम्ही त्याला म्हणालात, 'तू आपलं नोकरीचं बघ. शेतातलं, घरातलं माझं मी पाहतो. तू काहीही करू नकोस. एकदा तुला नोकरी लागली, की आपल्या पिढीचा उद्धार होईल.'

"भावाची नोकरीसाठी शोधाशोध सुरू झाली. काही दिवसांतच भावाला नोकरी लागली, तेव्हा तुमचा ऊर भरून आला होता. घरात आनंदाला उधाण आलं होतं. तुमच्या कष्टाचं चीज झालं होतं. गावभर भावाचं कौतुक होत होतं, तेव्हा तुम्ही तुमच्या बायकोला म्हणालात, 'आता आठवडाभर गवळ्याला दूध घालू नका. दूध साठवून ठेवा. आपल्याला पेढे करायचेत.'

"चार-पाच दिवसांचं दूध साठवलं. गावातल्या मारवाड्याच्या दुकानातून साखर आणली. तुम्ही आणि तुमची बायको रात्रभर जागलात. दूध आटवलं आणि त्याचे पेढे तयार केले. अख्ख्या गावाला तुम्ही पेढे वाटले. प्रत्येक जण विचारायचा, 'कशाचे पेढे?' तेव्हा तुम्ही अभिमानानं सांगत होतात, 'भाऊ नोकरीला लागला. ऑफिसर झाला. त्याचे आहेत हे पेढे.' समोर दिसेल, त्याला तुम्ही पेढे दिले आणि प्रत्येकाला सांगत होतात, 'भावाला नोकरी लागली. माझा भाऊ ऑफिसर झाला. माझा भाऊ खूप मोठा झाला. आता आमचं दारिद्र्य निघून जाईल. घरावर छत येईल. भाकरीवर चटणी येईल. घराला घरपण येईल. अंगभर कपडा येईल. बायकापोरांना पोटभर मिळेल. पोरांचं शिक्षण होईल.' असं म्हणत तुम्ही अख्ख्या गावात आनंदानं फिरत राहिला.

"तीन वर्षांपूर्वी त्याचं लग्न झालं. झालं म्हणजे त्यानंच केलं. जिथं नोकरी करत होता, तिथंच त्याला एक मुलगी भेटली. तीही नोकरी करत होती. दोघांचं जमलं. मग त्यांनी लग्न करायचं ठरवलं. तुम्हाला निरोप नाही, की तुमचा विचार नाही. थोरला भाऊ नावालाच.

तुम्ही फक्त लग्नाला हजर होतात. कुठंतरी मनात पाल चुकचुकली. थोडं वाईटही वाटलं; पण तुम्ही तो विचार बाजूला सारला. कारण 'कसाही असला, तरी सख्खा भाऊ आहे. खूप शिकलाय. अभिमान होता. शिकलेली पोरं असं करतातच. त्यात काय एवढं? उलट भावानं चांगला निर्णय घेतला. त्यानं नोकरीवालीच बायको बघून केली. आता दोघांचा पैसा येईल. आपल्या घरादाराला झोप लागंल. आपल्या कष्टाची त्याला जाणीव आहे. तो बोलून दाखवत नाही, कारण बुजऱ्या स्वभावाचा आहे; पण थोरल्या भावाच्या कष्टाचा खूप विचार करतो.' असा विचार करत तुम्ही आपल्या मनाची आपणच समजूत घातली.

"भावाला नोकरी लागली. त्याचं लग्नही झालं. आता तुम्हाला आणि बायकापोरांना सुख लाभणार होतं. तुमच्या कष्टाचं चीज होणार होतं. आतापर्यंत राब राब राबलात. घरासाठी, भावासाठी. आता ते बंद होणार होतं. आई-वडिलांच्या मागं कुणीच पाठीशी नव्हतं; पण आता भाऊ आला होता. नोकरीवाला भाऊ. अधिकारी भाऊ. पैसेवाला भाऊ. कुणाला काहीच कमी पडणार नव्हतं. आतापर्यंत तुम्हाला गावात एकटेपणा जाणवत होता; पण आता तुमच्यात वेगळीच ऊर्जा आली होती. तुमच्या अंगात बारा हत्तींचं बळ आलं होतं. आता चंद्राच्या शीतल प्रकाशानं तुमच्या आयुष्यातला अंधार नाहीसा होणार होता; पण झालं उलटंच. लग्न झाल्यापासून भाऊ घरी येत नव्हता. बोलवलं तर म्हणायचा, 'मी बायकोला शब्द दिलाय. आम्ही लग्न करताना तिनं वचन घेतलंय, की मी गावातल्या घराकडं जायचं नाही. सण किंवा कार्यक्रम असंल, तर हरकत नाही; पण वारंवार मी तिकडं यायचं नाही.'

घरी पैसा देत नाही. विचारलं तर म्हणतो, 'अंगावर कर्ज आहे.'

गेल्या वर्षी त्यानं कोल्हापुरात फ्लॅट घेतला. विचारलं तर म्हणाला, 'कर्ज काढून घेतलाय.'

"भावाला दर महिन्याला एक लाख पगार आहे; पण गावाकडं तुमच्यासाठी एक रुपया देत नाही. एवढ्या मोठ्या पगाराची नोकरी, पण भावानं कधी मुलांसाठी बिस्कीट पुडासुद्धा आणला नाही. कपडे तर लांबची गोष्ट! भावाच्या बायकोच्या अंगावर किलोभर दागिने; परंतु तुमच्या बायकोच्या गळ्यात फुटका मणी राहिला नव्हता. तुमच्या बायकोनंही कधी अपेक्षा केली नव्हती. तिलाही वाटलं होतं, की दीर शिकून मोठा होईल. आपल्या घरात सुख आणंल. आपल्या मुलांचं शिक्षण तो पूर्ण करंल; पण तसं काहीच घडलं नाही."

सगळं सांगून झाल्यावर मी थोडा वेळ थांबून नंतर म्हणालो, "आता तुमचं म्हणणं आहे, की त्यानं घेतलेल्या मिळकतीवर स्टे लावायचा. म्हणजे त्या मिळकतीमध्ये कुणालाच जाता येऊ नये. त्याला पण आणि तुम्हाला पण?"

त्यावर ते काकुळतीला येऊन पटकन म्हणाले, "हो. बरोबर आहे. त्यासाठीच

आलोय मी."

मी थोडा वेळ शांत बसलो. तोपर्यंत तेही शांत झाले होते. मी त्यांना विचारलं, "तुम्हाला मुलं किती?"

"मला दोन मुलं आहेत." त्यांनी सांगितलं.

"मुलं काय करतात?"

"कशीबशी शिकतात. अजून लहान आहेत. दहावी-बारावीत शिकत आहेत."

त्यावर मी त्यांना म्हणालो, "तुम्ही तुमच्या मुलांच्या शिक्षणाकडं का लक्ष देत नाही."

तेव्हा त्यांच्या डोळ्यात टचकन पाणी आलं आणि ते म्हणाले, "साहेब, भावाला नोकरी लागल्यानंतर भाऊ माझ्या मुलांना शिकवंल, असं वाटलं होतं. मी त्याच्यावर अवलंबून राहिलो. मी माझ्या मुलांना कधी कपडे घेतले नाहीत, की कधी सहलीला पाठवलं नाही; पण भावाच्या शिक्षणात कधी कसूर केली नाही. त्याला काही कमी पडू दिलं नाही; पण त्यानं धोका दिला. एवढी मोठी गद्दारी मी सहन करू शकत नाही. म्हणून आता त्याला धडा शिकवल्याशिवाय मी शांत राहणार नाही."

मी थोडा गप्प बसलो. विचार करत राहिलो. थोडा वेळ असाच गेला. मग मी त्यांना म्हणालो, "स्टे लावता येईल. भावानं खरेदी केलेल्या मिळकतीमधला हिस्सासुद्धा मिळू शकेल; पण...

"पण तुम्ही दिलेली किडनी परत मिळणार नाही. तुम्ही भावासाठी आटवलेलं रक्त परत मिळणार नाही. तुम्ही त्याच्यासाठी खर्च केलेलं आयुष्य पण परत मिळणार नाही. तुम्ही आयुष्याची उमेद घालवली. पोटच्या पोरासारखी भावाची काळजी केली. बायको-पोरांकडं दुर्लक्ष केलं, पण त्याला काही कमी पडू दिलं नाही. या सगळ्याची त्याला जाण राहिली नाही. तो कृतघ्न निघाला. तुम्ही त्याच्यासाठी जे केलंय, त्याची किंमतच होऊ शकत नाही. तुमचे उपकार या जन्मात फेडायचे ठरवले, तरी त्याला ते शक्य नाही. तो नालायक निघाला. आपस्वार्थी निघाला आणि मला वाटतंय तुम्ही त्याच्यासाठी केलेल्या त्यागापुढं त्यानं घेतलेल्या फ्लॅटची किंमत नगण्य आहे. त्यानं मिळवलेल्या प्रॉपर्टीची किंमत शून्य आहे. त्याची नियत बदलली. तो लालसेनं आंधळा झाला. तो त्याच्या वाटेनं गेला. ती वाट फार वाईट आहे. त्या वाटेनं जाणाऱ्याचा शेवट चांगला नाही.

"त्यामुळे मला वाटतं, की तुम्हीदेखील त्याच वाटेनं जाऊ नये. तो भिकारी निघाला. स्वार्थी निघाला; पण तुम्ही दिलदार होतात, दिलदारच राहा. त्यानं घेतलेल्या कवडीमोल फ्लॅटच्या मागं लागू नका. तुम्हाला काहीएक कमी पडणार नाही! उलट मी म्हणेन, की वडिलोपार्जित मिळकतीमधला तुमचा हिस्सा तेवढा पेरा. त्याचा हिस्सा पडीकच राहू द्या. त्याला सावलीत बसून पैसा मिळतोय. ते दोघंही नवराबायको पैसे

मिळवत आहेत. कोर्टकचेरी करताना त्यांना पैसा कमी पडणार नाही; परंतु तुम्ही कष्ट करून, उन्हातान्हात राबून पैसे मिळवताय. थोडा विचार करायला हवा. कोर्टकचेरी करण्यापेक्षा मुलांना शिकवा. मोठं करा. त्यांची जिंदगी बनवा. तुम्ही भावासाठी एवढं केलं, तर मुलांसाठी का करत नाही? शिकून तुमचा भाऊ बिघडला, म्हणून तुमची मुलंही बिघडतील, असा विचारही मनात आणू नका."

खाली मान घालून ते शांतपणे माझं बोलणं ऐकत होते. नंतर ते खूप अस्वस्थ झाले. थोडा वेळ तसंच बसून राहिले. इकडंतिकडं पाहत राहिले. मग अचानक झटकन उठले. सगळी कागदं पिशवीत कोंबली. डोळे पुसत पुसत म्हणाले, "चलतो साहेब!"

ते निघून गेले. क्षणभर मला चुकल्यासारखं वाटलं. दारात आलेलं गिऱ्हाईक मी बिनकामाचं परत पाठवलं होतं. निदान नोटीस तरी काढायला हवी होती. चार रुपये मिळाले असते. आपण उगीचच तत्त्वज्ञान सांगत बसलो. तो दुसऱ्या वकिलांकडं जाऊ शकतो. आपणच आपल्या पायावर कुऱ्हाड मारून घेण्यातला हा प्रकार होता. व्यवसाय राहिला बाजूला आणि आपण पक्षकाराला शिकवणी देत बसलो; पण दुसरं मन म्हणत होतं, आपण केलंय ते योग्यच आहे. आपण दिलेला सल्ला त्याला पटो अथवा न पटो, पण तो योग्यच होता.

या घटनेला बरेच दिवस लोटले. काही दिवसांनी ती घटना मी विसरूनही गेलो. पुन्हा ते पक्षकारही दिसले नाहीत. मला वाटलं होतं ते दुसऱ्या वकिलांकडं जातील; पण तेही घडलं नाही. कारण त्यांनी दावा दाखल केला असता, तर मला कोर्टात समजू शकला असता.

या गोष्टीला सात-आठ वर्षं तरी झाली असतील.

परवा ते पक्षकार अचानक ऑफिसला आले. कांजीचे पांढरेशुभ्र कपडे. गळ्यात सोन्याची चेन. दोन बोटांत अंगठ्या. हातात कसली तरी पिशवी. बरोबर गोरागोमटा पोरगा. पोराच्या डोळ्यावर रेबनचा गॉगल. पायात एआरसीचे शूज. ॲपलचा आयफोन मोबाईल. कपड्यावर 'द प्रोफेसर' परफ्यूम. त्यांनी प्रवेश करताच ऑफिस सुगंधी होऊन गेलं. मी त्यांना म्हणालो, "या, या, बसा. आज काय काम काढलंत?"

ते खुर्चीत बसता बसता म्हणाले, "बसायला आणि कुठल्या कामासाठी नाही आलो साहेब, पेढे द्यायला आलोय."

मला आश्चर्य वाटलं. तेव्हा ते मुलाकडं बोट दाखवत म्हणाले, "हा माझा पोरगा. त्याला एमबीए केला. शिक्षण पूर्ण झालं. नंतर तो न्यूझीलंडला गेला. नोकरीसाठी तो तिथंच असतो. महिन्याला बारा लाखांचं पॅकेज आहे. भावानं गद्दारी केली. मग मी तो नादच सोडला. भावाची वर्षाची कमाई माझं पोरगं महिन्याला मिळवतंय. तिकडून कालच आलाय. एवढ्या वर्षांत इंडियात पहिल्यांदाच आलाय. मग म्हटलं, चला,

तुमच्याकडं जाऊन येऊ."

ते सांगत होते आणि मी ऐकत होतो.

"आता गावात तीन मजली घर बांधलंय. होंडाची क्रेटा गाडी घेतलीय. आठ-नऊ एकर शेत घेतलंय. दोन विहिरी पाडल्यात. सगळी जमीन बागायती आहे. वर्षाकाठी भरपूर पिकतंय. काहीच कमी पडत नाही. आम्ही सगळी समाधानी आहोत. आनंदी आहोत. तुम्ही म्हणाला होता, कोर्टकचेरीच्या वाटेला लागू नका... मी पोरांच्या शिक्षणाची वाट धरली!"

एवढं सगळं सांगून झाल्यावर त्यांनी उठून मला पेढा दिला. नमस्कार केला. मुलानंही शेकहँड केला. निरोप घेऊन ते निघू लागले.

मला भरून आलं... हातातला पेढा हातातच राहिला!

लाईन

शंकरची चंद्रपूरहून शिमल्याला बदली झाली. आता सर्व सामान तिकडं हलवावं लागणार होतं. चंद्रपूर ते शिमला हे अंतर दीड हजार किलोमीटर होतं. सगळा प्रपंचा न्यायचं त्याच्या जिवावर आलेलं, पण इलाज नव्हता.

त्यानं सामान ट्रंकेत भरायला सुरुवात केली. कपडे, बनियन, शूज, ब्लँकेट आणि इतर साहित्य भरलं. दोन छोटी कपाटं, भांडी, गॅस हे सगळं साहित्य जीपमध्ये टाकलं. डिपार्टमेंटची जीप बदलीच्या ठिकाणी सामान पोहोच करण्यासाठी आली होती. जीपचा ड्रायव्हरही सामान भरण्यासाठी मदत करत होता. जवळजवळ सगळं सामान भरून झालं. जीपचा ड्रायव्हर म्हणाला, "सर, सब पैक हो गया है ना? कमरे में एक बार और देख लो!"

तेव्हा शंकरनं खोलीवरून एक नजर मारली. काहीही सामान शिल्लक नव्हतं. मग ड्रायव्हरला तो म्हणाला, "हो गया पूरा।"

ड्रायव्हरनं त्याला एक सॅल्यूट ठोकला आणि जाता जाता विचारलं, "आज आपका परिवार नहीं आया? आपका बेटा प्यारा है। आपको उससे बहुत प्यार है!"

शंकर किंचित हसला आणि त्याच्याकडं पाहून मानेनंच कुणी आलं नसल्याचं त्याला सांगितलं.

ड्रायव्हर पुन्हा म्हणाला, "साहब, आपका स्वभाव बहुत अच्छा था! आपके यहाँ से जाने पर हमें भी दुख होता है!"

शंकरनं त्याच्या खांद्यावर हात ठेवत त्याला थोपटलं.

सामान भरून डिपार्टमेंटची गाडी निघून गेली. त्यानं पुन्हा त्या कॉर्टरवरून नजर फिरवली. दोन-तीन वर्षं इथं काढली होती. त्यामुळं कॉर्टरवर त्याचा जीव जडला होता. आता इथून जावं लागणार होतं. त्याला क्षणभर गलबलून आलं. सीमेवरच्या सैनिकाचं हेच जिणं.

दोन ट्रंका घेऊन त्याला रेल्वे स्टेशन गाठायचं होतं. त्यानं गावी फोन केला आणि सांगितलं, 'मी उद्याच्या ट्रेननं शिमल्याला जातोय. मंगळवारी ड्युटीवर हजर व्हायचं आहे. सगळा पसारा बांधलाय. तिथं पोचल्यावर फोन करतो. सुधीर कुठंय? अभ्यास कसा सुरू आहे? सुजाता कुठं आहे? तिचा अभ्यास कसा सुरू आहे? ऊस कसा आहे? आण्णा शेताकडं जातात का? त्यांची तब्येत कशी आहे? आई आता चालतेय का? म्हादू ट्रॅक्टरवर जातो का?' अशी सगळ्यांची विचारपूस केली.

शंकर मिलिटरीत भरती होऊन पंधरा वर्षं झाली होती. आता पाच-दहा वर्षांत रिटायरमेंट होईल. नंतर कायमचं गावाकडं जायचं. वर्षात दोन-दोन बदल्या. प्रमोशनं. कुठंच स्थिर नाही. म्हणून शंकरनं बायको आणि पोरं गावाकडंच ठेवली होती. शेताकडंही लक्ष देता येतं आणि पोराबाळांना दूधदुभतंही मिळतं. शिवाय त्यांना चांगलं शिक्षणही मिळतंय. सुधीर यंदा बारावीत होता आणि सुजाता दहावीत. त्यांच्या परीक्षा जवळ आल्या होत्या. मालन त्यांना काही कमी पडू देत नव्हती. सुधीर कधीतरी हट्ट करायचा, पण मालन तोही पुरवायची.

शंकर मालनला म्हणायचा, "दोन पोरं हीच आपली प्रॉपर्टी. हीच आपली जायदाद. हीच म्हातारपणाची काठी. रिटायर होऊन गावी आलो, की मी निवांत राहणार. माझा वाघ तोपर्यंत नोकरीला लागंल. त्यानं कलेक्टर व्हावं, हे आपलं स्वप्न तो पूर्ण करणारच. तो नोकरीला लागला, की आपल्या दोघांना एकच काम, चांगली सून आणि चांगला जावई शोधायचा."

त्यावर मालन हसून म्हणायची, "तुम्हाला स्वप्नं बघायची लय सवय; पण आजकालची पोरं वेगळी. तुमचा काळ वेगळा. आजकालच्या पोरांना कष्ट नको. अभ्यास नको. शिकायला नको. आई-बापाच्या जिवावर चैनी करायला पाहिजेत फक्त. आपल्याला मोप वाटतंय, पोरं शिकावीत. मोठी व्हावीत. नाव कमवावं. पैसा मिळवावा, पण आजूबाजूची परिस्थिती बघितली की वाटतं, काय होणार या पोरांचं? आपला सुधीर हुशार आहे. त्याला बुद्धी आहे; पण तो अभ्यासच करत नाही. त्यामुळं तुम्ही म्हणताय ते बरोबर आहे, पण तसं घडलं नाही तर?"

शंकर म्हणायचा, "अशुभ बोलू नकोस. आपण दोन्ही पोरांसाठी केलेलं कष्ट वाया नाही जाणार. ती आपल्याच रक्तामांसाची आहेत. आपण त्यांना काय कमी केलंय? शाळेच्या वेगवेगळ्या शिकवण्या लावल्यात. नवीन गाईड्स, क्लासेस, पुस्तकं सगळंच घेतलंय. ते मागतील ते पुरवलंय. आजही पुरवत आहोत. शाळेत जाण्यासाठी नव्याकोऱ्या सायकली, नवेकोरे शूज, कपडे, खाण्यापिण्याला तर अजिबात कमतरता नाही. आम्हाला कधी स्वप्नातही बघायला मिळालं नाही, ते त्यांना दिलंय. त्यामुळं आपली मुलं नक्कीच काहीतरी बनून दाखवणार. तू काही काळजी करू नकोस."

त्यावर मालन फक्त हसली. शंकर पुढं बोलू लागला, "तुला आठवतंय? सुधीर तिसरीत होता. त्यावेळी माझी एर्नाकुलमला बदली झाली होती. तुम्ही सगळे जण सुट्टीला एर्नाकुलमला आला होतात. तुम्हाला केरळ दाखवायचं होतं. हिरवीगार झाडी. अथांग समुद्र. माशांचं जेवण. तिथली मंदिरं. मंदिरातलं झगझगीत सोनं. मंदिराच्या आवारातली स्वच्छता. हे सगळं तुम्हाला फिरून दाखवायचं होतं. शिवाय माझ्याबरोबर सहकारीपण होते. त्यांची मुलं आयएएस होणार होती. ते कसा अभ्यास करतात, कुठून नॉलेज मिळवतात याचीही माहिती सुधीरला आणि सुजाताला सांगायची होती; पण मला रजा मिळत नव्हती. कशी तरी आठ दिवस मिळाली. त्या आठ दिवसांत कुठं कुठं फिरलो होतो आपण? जवळजवळ निम्मा केरळ पालथा घातला होता. कारण दोन्ही मुलांना तो नवा मुलूख पाहायला मिळावा. त्यांच्या ज्ञानात भर पडावी. केरळमधले बहुतेक तरुण क्लास वन अधिकारी का होतात? ते जगभर का विखुरले आहेत? इथला तरुण इतका हुशार का आहे? ही सगळी माहिती या वयातच त्यांना मिळावी, हा माझा उद्देश होता. आठ दिवसांनी तुम्हाला परत गावी पाठवलं.

"गावी आल्यावर सुधीरला कावीळ झाली. केरळचं हवामान त्याला बाधलं. तिथलं पाणी त्याला पचलं नाही. कदाचित आहारात बदल, पाण्यात बदल हे पण त्याला सहन झालं नाही. मी पुन्हा रजेचा अर्ज टाकला, पण रजा मंजूर झाली नाही. मी विनंत्या केल्या. हाता-पाया पडलो, पण अधिकाऱ्यानं ऐकलं नाही. तशी तिथं इमर्जन्सी नव्हती; पण एकाच महिन्यात हा माझा दुसरा अर्ज होता. त्यामुळं त्यानं तो अर्ज नामंजूर केला; पण मी ठरवलं, होऊन होऊन काय होईल? पेनल्टी होईल. इन्क्रिमेंट थांबेल, पण सुधीरसाठी गावी जायचंच.

"मी गावी आलो. सुधीरला डॉ. वाडेकरांच्यात ॲडमिट केलं. तेव्हा डॉक्टर म्हणाले होते, की 'कावीळ मेंदूपर्यंत गेली, तर अवघड होईल. मी प्रयत्न करतोय; परंतु केस थोडी क्रिटिकल आहे. तुम्ही खूप उशीर केलाय. या अगोदरच यायला पाहिजे होतं.' डॉक्टरांचं ते बोलणं ऐकून मी हबकलोच होतो; पण तरी मी डॉक्टरांना सांगितलं होतं, की 'कितीही पैसा लागू दे. नोकरीचा सगळा पैसा खर्चीन. माझ्या वाट्याची सारी जमीन विकून टाकीन, पण माझ्या पोराला वाचवा.'

"त्यावेळेस सुजाताची कसली तरी एक्झाम होती. म्हणून तुला आणि सुजाताला मी घरी पाठवलं होतं आणि मी एकटाच सुधीरजवळ थांबलो होतो. सुधीर आयसीयुमध्ये होता. त्याला ऑक्सिजन लावला होता. डॉक्टर, नर्सेस यांची धावपळ सुरू होती. आयसीयुच्या बंद दरवाजावर लाल दिवा होता. त्याकडं पाहिलं, की काळजात धस्स व्हायचं.

"बाहेर व्हरांड्यात अनेक पेशंटचे नातेवाईक बसले होते. त्यांच्या चेहऱ्यावरची रया पार गेलेली. आठ-आठ दिवस अंघोळ नाही. कुणाचे वडील, कुणाची आई, कुणाचा

मुलगा, तर कुणाची पत्नी आत असायचे. चिंतेनं, भीतीनं त्यांचे चेहरे काळवंडून गेलेले असायचे. त्या भयाण वातावरणात मी पण होतो. दिवसभर त्या कोपऱ्यातल्या खुर्चीवर बसून विचार करत दरवाजाकडं पाहत होतो. आत्ता डॉक्टर येतील, धीराचे दोन शब्द बोलतील. आत्ता डॉक्टर येतील, काळजीचं कारण नाही असं म्हणतील, दिवसभर याच विचारात होतो.

"मालू, मी तुला कधी बोललो नाही; पण त्या आठ दिवसांत मी रात्र रात्र जागा असायचो. तिथंच फाटकी उशी घेऊन झोपायचो. पोराच्या काळजीनं रात्री उशी ओली व्हायची आणि तू म्हणतेस तसं घडलंच नाही तर?"

मालन यावर काहीच बोलायची नाही. नुसतं शंकरकडं बघत राहायची. खरं म्हणजे नवऱ्याच्या या हळव्या स्वभावाची तिला कधीकधी काळजीच वाटायची.

गावी आलं की शंकर दोन्ही पोरांना घेऊन शेतात जायचा. जाताना सुधीरला ट्रॅक्टर चालवायला द्यायचा. कधी पंढरपूर, तर कधी म्हाळसोबाला जायचा. कधी पिक्चरला न्यायचा. कधीकधी सरकारी कचेरीत न्यायचा. मुलांना नॉलेज आलं पाहिजे. मुलं सुसंस्कृत झाली पाहिजेत. यासाठी त्याचा जीव कायम तळमळायचा.

असाच एकदा शंकर गावी आला होता. त्याच्या मनात काय आलं कुणास ठाऊक. त्यानं शेजारची चारचाकी भाड्यानं सांगितली. मालनला आणि सुधीरला म्हणाला, "चला, आज आपल्याला एका वेगळ्या ठिकाणी फिरायला जायचंय."

मालननं विचारलं, "कुठं निघालोय ते तरी सांगा."

त्यावर शंकर हसला आणि म्हणाला, "पोचल्यावर ठिकाण समजंलच की."

सर्व जण गाडीमध्ये बसले. शंकरनं गाडी जिल्हाधिकारी कार्यालयात न्यायला सांगितली. जिल्हाधिकारी कार्यालय तीस किलोमीटर लांब. ड्रायव्हरनं गाडी जिल्हाधिकारी कार्यालयाच्या आवारात नेली.

जिल्हाधिकारी कार्यालयाचं आवार चांगलंच मोठं होतं. कलेक्टर साहेबांना भेटायला येणाऱ्यांची गर्दी झाली होती. पांढऱ्या कपड्यातल्या शिपायांची धावपळ चालू होती. आवारात गाड्या लावायला जागा नव्हती. साहेबांच्या ऑफिससमोरच साहेबांची लाल दिव्याची गाडी होती.

शंकरला सुधीर आणि सुजाताला अधिकाऱ्यांचा दरारा काय असतो, तो दाखवायचा होता. गाडीतून उतरल्यानंतर त्यानं सुजाता आणि शंकरला गाड्यांची गर्दी दाखवली. त्यानं सांगितलं, ही सर्व गर्दी साहेबांच्या एका सहीसाठी, एका आदेशासाठी जमा झाली आहे. आता आपण डायरेक्ट साहेबांना भेटणार आहोत. शंकरनं कलेक्टर साहेबांची अगोदरच अपॉइंटमेंट घेऊन ठेवली होती. गावी यायच्या अगोदर त्यांना ड्युटीवरूनच फोन केला होता.

त्यानं फोन केला त्यावेळी तो शिपायानं उचलला. शंकर म्हणाला, 'हॅलो, मी मेजर शंकर बोलतोय. मला साहेबांशी बोलायचं आहे.' नंतर तो कलेक्टर साहेबांना म्हणाला, 'साहेब, मी माझ्या मुलांना घेऊन तुम्हाला भेटायला येणार आहे. माझ्या मुलांना तुम्ही दोन शब्दांचं मार्गदर्शन करावं. त्यांना आयएएस बनवण्याचं माझं स्वप्न आहे.' कलेक्टर साहेबांनी आनंदानं होकार दिला होता.

शंकरनं शिपायामार्फत चिठ्ठी पाठवली. साहेबांनी लगेच त्यांना आत बोलवलं. शिपायानं दरवाजा उघडला. ते सर्व जण आत गेले. साहेबांच्या खुर्चीच्या मागं 'सत्यमेव जयते' अशी सोनेरी अक्षरांत भलीमोठी पाटी लावली होती. भिंतीवर महात्मा गांधी, पंडित नेहरू, बाबासाहेब आंबेडकर अशा थोर माणसांचे बरेच फोटो होते. समोर मोठं राउंड टेबल होतं. साहेबांच्या दोन्ही बाजूला शिपाई होते. एका शिपायानं पाणी आणून दिलं. नंतर चहा दिला. थोड्या इकडच्या तिकडच्या गप्पा झाल्या. मग कलेक्टर साहेबांनी सुधीरला जवळ घेतलं आणि म्हणाले, "हेच वय आहे अभ्यास करण्याचं आणि पाय घसरण्याचंही. थोडा सावध राहिलास, तर तूही असाच अधिकारी होशील."

साहेबांचा निरोप घेऊन ते सर्व जण बाहेर पडले.

आता जवळजवळ दुपारचे दोन वाजले होते. बाहेर कडक ऊन पडलं होतं. जेवणाची वेळ झाली होती. म्हणून ते 'निवारा' हॉटेलला गेले. तिथं जेवण करून सायंकाळी घरी परतले.

रजा संपली की शंकरला भरून यायचं. बायकोपोरं सोडून जायला नको वाटायचं. सुधीरला तो म्हणायचा, 'तू शिकून कोण होणार?' सुधीर म्हणायचा, 'आयएएस होणार.' शंकरची छाती फुगायची. मग सुधीरला जवळ घेऊन म्हणायचा, 'अभ्यास कर. खूप मोठा हो. आमचं नाव काढ. मी आणि तुझ्या आईनं उभ्या केलेल्या जायदादीचा तूच मालक होणार आहेस. तुझ्या आणि सुजाताच्या शिक्षणासाठी आम्ही रक्ताचं पाणी करू. काय पण कमी पडू देणार नाही.' मग सुजाताच्या पाठीवरून, तोंडावरून हात फिरवायचा. सुधीरला मिठीत घेऊन त्याचं डोकं कुरवाळायचा. काळजावर दगड ठेवून सगळ्यांचा निरोप घ्यायचा.

सुधीर या सर्व गोष्टी ऐकायचा; पण त्याच्या मनात काय चाललंय हे समजायचं नाही. मालन त्याला जवळून पाहत होती. शंकर मात्र रजेवर आल्यावरच त्याला पाहत होता. शंकर सुधीरबद्दल बरीच स्वप्नं रंगवत होता; परंतु सुधीरचं आत एक आणि बाहेर एक असंच काहीतरी सुरू होतं. मालन त्याबाबत कायम साशंक असायची. सुधीरच्या वागण्याचं कोडं तिला उलगडत नव्हतं. कधी तो खळखळून हसायचा, तर कधीकधी खूपच गंभीर व्हायचा. जेवला तर जेवायचा, नाहीतर दिवसभर उपाशी राहायचा. केवळ चहावर किंवा काहीतरी किडूकमिडूक खाण्यावर दिवस घालवायचा. त्या वयाचा परिणाम असंल, असं म्हणून मालन स्वतःच्या मनाची समजूत घालायची.

सुधीरची बारावीची परीक्षा सुरू झाली. शंकर सकाळ-संध्याकाळ फोन करायचा. 'पेपर कसा गेला? सगळा लिहिला का? वाचलेलं सगळं आलतं का?' असं सगळं विचारून घ्यायचा. त्याच्या जिवाला एकच घोर असायचा. तो म्हणजे, सुधीरला चांगले मार्क्स पडायला पाहिजेत.

बुधवारी सुधीरचा शेवटचा पेपर होता. दुपारी दोन वाजता पेपर सुटला. तीन वाजले तरी सुधीर घरी आला नव्हता. मालन वाट बघत होती आणि अचानक त्याच्या मित्राचा फोन आला, 'तुमच्या सुधीरला पोरांनी मारलंय. लवकर या. शिवाजी चौकात तो पडलाय.' मालनला धस्स झालं, तरीही स्वत:ला सावरत ती ताबडतोब उठली आणि शिवाजी चौकात गेली.

सुधीर जमिनीवर पडलेला. त्याचे कपडे फाटलेले. सायकल गटारीत पडलेली. दप्तर विस्कटलेलं. मालननं त्याला उठवलं. बरीच माणसं जमलेली. त्या माणसांनीच भांडणाची सोडवासोडव केली होती. दोन्ही टोळक्यांना हटकलं होतं. वह्या, पुस्तकं, सायकल घेऊन मालननं गर्दीतून वाट काढली. घरी आल्यावर मालननं शंकरला फोन केला आणि म्हणाली, "सुधीर सायकलीवरून पडलाय. लवकर या."

शंकर म्हणाला, "दवाखान्यात दाखवलं का? एवढ्या तेवढ्यासाठी कशाला येऊ? पुढच्या महिन्यात येणारच आहे."

मग मात्र मालन काळजीच्या स्वरात म्हणाली, "तुम्ही आत्ताच या. आल्यावर काय ते समजंल."

मालनचं बोलणं ऐकून शंकरची चिंता वाढली. काय झालं असावं? सायकलवरून पडला असंल की दुसरंच काही घडलं असंल? त्याचा जीव खालीवर होऊ लागला. दुसऱ्याच दिवशी शंकर रजा टाकून गावी आला. घरात बॅग टेकवली आणि सोप्यावर बसला. सुधीर आतल्या खोलीत झोपला होता. त्यानं मालन, सुधीर आणि सुजातालाही बोलवलं आणि विचारपूस करायला लागला.

एवढ्यात दोन पोलीस दारात आले आणि विचारू लागले, "सुधीर शंकर जाधव कोण आहे? इथंच राहतो का तो?"

"हो. पण काय केलंय त्यानं?" शंकरनं विचारलं.

"चौकशीसाठी त्याला ताब्यात घ्यायचंय. कुठंय तो?" पोलीस म्हणाले.

पोलिसांनी सुधीरला ताब्यात घेतलं आणि पोलीस स्टेशनात घेऊन गेले. त्यांच्या पाठोपाठ शंकर आणि मालनही गेले. पोलीस स्टेशनात दहा-बारा पोरांची आधीच चौकशी चाललेली. त्यांचे आई-बाप बाहेर व्हरांड्यात एका झाडाखाली बसलेले. शंकर आणि मालन दोघंही तिथं जाऊन बसले. प्रत्येकाच्या आई-बापाला एक-एक करून आत बोलवलं जात होतं. माहिती घेतली जात होती. दरडावलं जात होतं.

पोलिसांनी शंकरला आत बोलवलं. पीआयनं बसायला सांगितलं. शंकर बसला.

पीआय म्हणाले, “हा सारा प्रकार मुलींच्या भानगडीतला आहे. हे मुलींची छेडछाड करणारं टोळकंच आहे. शाळा-शिक्षण सोडून फिरणारी ही पोरं आहेत. गांजा ओढणं, दारू पिणं आणि मुलींच्या मागं फिरणं हाच यांचा धंदा आहे. तुमचं पोरगं पण या टोळीत सामील झालंय. ते पण व्यसनी झालंय. या टोळक्यात ते बरेच दिवस फिरतंय.”

एवढ्यात तिथलं बीट पाहणारे हवालदार निकमसाहेब आले आणि पीआय साहेबांना म्हणाले, “या अगोदरपण या सुधीरला दोन वेळा समज दिलीये. त्याला पकडून आणलं, त्यावेळी आपण म्हणालात की, ‘त्याचे वडील मिलिटरीमध्ये आहेत. त्यांच्या कुटुंबाला बोलवणं उचित होणार नाही. म्हणून त्याला समज देऊन सोडून दिलं होतं.”

पीआय साहेबांनी शंकरकडं पाहिलं. थोडा वेळ गेल्यानंतर ते शंकरला म्हणाले, “मेजर, म्हणजे तुमचं पोरगं सराईत गुन्हेगार होण्याच्या मार्गावर आहे. तुम्ही मिलिटरीत आहात. चांगल्या पदावर आहात. म्हणून यावेळी त्याला सोडतोय. तुमचं लक्ष नाही पोरावर. पुन्हा सापडला, तर गुन्हा नोंद होईल. करिअर बरबाद झालं, तर कोण जबाबदार असणारे?”

शंकर आणि मालन सुधीरला घेऊन बाहेर पडणार, इतक्यात पीआय म्हणाले, “तुम्ही दोन मिनिटं थांबा मेजर. आई आणि मुलाला बाहेर पाठवा.”

पीआय साहेबांनी शंकरला एकट्याला चेंबरमध्ये बोलावलं आणि म्हणाले, “मेजर, एकाच मुलीच्या मागं फिरणारी ही दोन-तीन टोळकी आहेत. त्या मुलीनं सगळ्यांना भुरळ पाडलीये. मी त्या मुलीच्या आई-वडिलांना बोलावून घेतलं होतं; पण वडील ठार दारुडे. ते मलाच म्हणाले, ‘शाळा सोडली तरी आमची मुलगी महिन्याला पंधरा-वीस हजार रुपये मिळवते. ती अतिशय चांगल्या गुणांची आहे. तुम्हाला कुणीतरी चुकीचं सांगितलंय साहेब. तुम्ही त्यांचं काही ऐकू नका.’ तेव्हा मला गप्प बसावं लागलं. त्यांच्या मुलीचं काहीतरी चुकतंय असं ते मानायलाच तयार नाहीत. तुम्ही तुमच्या मुलाचा काहीही करून बंदोबस्त करा. नाहीतर मुलाचं आयुष्य बरबाद होईल.”

शंकर सुधीरला घेऊन घरी आला. त्याचं काळीज फाटलेलं. स्वप्नांचा चुराडा झालेला. ज्याच्या जिवावर म्हातारपण घालवायचं ते पोरगं उंडगाळ निघालं. त्याला उंडगा नाद लागला. ‘कितवीपासून वाईट वाटंला लागलंय काय माहीत? वाटलं होतं नाव काढंल. बारावीला जिल्ह्यात पहिला येईल. कधीतरी कलेक्टर होईल. लाल दिव्याची गाडी येईल. मागं-पुढं शिपाई असतील. भोंग्याच्या गाड्या असतील. गावात घरापुढं गाड्या लागतील, आमची जिंदगी सार्थकी होईल. कधी ऊन म्हणालो नाही. तहान म्हणालो नाही. राबतच राहिलो. मालन शेतावर आणि मी सीमेवर.

सुधीर सहावीत होता. बाटूक काढताना मालनच्या पायात सड घुसला. रक्तबंबाळ पाय घेऊन ती दिवसभर शेतात राबतच होती. का? तर सुधीरच्या शाळेचा खर्च भागावा. बारावीनंतर पुण्याला यूपीएससीसाठी पाठवायचा. जमलं तर मुंबईला; पण कलेक्टर

करायचाच आणि इथं पोरगं पोरींच्या मागं लागलेलं. व्यसनी झालेलं. या विचारांनी शंकरचं मस्तकच उठलं. त्याला वाटत होतं, आता जीवनात राम उरला नाही. कुणासाठी राबण्यात काय अर्थ आहे? झिजायचं तरी कशासाठी?

शंकर सुधीरला काहीच बोलला नाही. बरोबरीला आलेलं ते पोरगं. मारून तरी काय उपयोग? रात्री शंकरला कशीच झोप लागली नाही. रात्रभर तो जागाच राहिला. फॅनकडं बघत तसाच पडून राहिला.

दुसऱ्या दिवशी सकाळी पोराला घेऊन शेतात गेला. पोरगं घाबरून गेलेलं. आता मार खावा लागणार. मिलिटरीतला बाप. हातोड्यासारखा हात. शाळा पण बंद होणार. नुसत्या या विचारांनीच तो थरथर कापू लागला. बाप जेवढा मायाळू, तेवढाच रागीट हे सुधीरला माहीत होतं. एकदा सुधीरनं शाळेला दांडी मारली होती, तर दुसऱ्या दिवशी त्याच्या पाठीवर वळ उठले होते. सुधीरला हे आठवलं आणि भीतीनं त्याची गाळण उडाली. आता पुढं काय होणार, याची धास्ती होती. त्यामुळंच सुधीरचं काळीज धडधड करत होतं.

नारळी आंब्याखाली दोघं बसले. अर्धा तास शंकर काहीच बोलला नाही. नंतर त्यानं मुलाला जवळ घेतलं आणि डोक्यावरून हात फिरवत त्याच्याशी बोलू लागला,

'या वयात अशा चुका होतात; पण तू करशील असं वाटलं नव्हतं. तू तर कलेक्टर व्हायचं ठरवलयंस. लाईन मारत मारत कुणी कलेक्टर झालेलं माझ्या तरी ऐकण्यात नाही पोरा. या वयातलं प्रेम झूठ असतं. वासनेचा खेळ असतो सारा. भादव्यात एका कुत्रीमागं दहा-बारा कुत्री फिरतात. कळवंड करतात. त्यात काही मरतात. काही जखमी होतात. काय फरक त्यांच्यात आणि तुमच्यात? मरायचं, तर देशासाठी मर. मार खायचा, तर आई-बापाच्या नावासाठी खा. मी सांगितल्याप्रमाणं अभ्यासासाठी जेवण कमी केलंस. खेळ बंद केलास. मित्रांकडं जाणं बंद केलंस. पिक्चर बघणं बंद केलंस. त्यामुळंच तर तू दहावीत मेरिटमध्ये आलास. तसा हा नाद पण पाच-सात वर्षं बंद केलास, तर खूप मोठा होशील. तू फक्त ठरवलं पाहिजेस. एकदा ठरवलं, की डोक्यात तोच विषय राहतो. शेवटी तो नाद हा दोन मांड्याच्यामधे नसतो, तर डोक्यातच असतो. अठरा ते पंचवीस वयातल्या वासनेला सिनेमावाल्यांनी प्रेम म्हटलंय. पण हे प्रेमबिम सारं खोटं असतं. हे वय सोडून राहिलेल्या आयुष्यात प्रेम असतं की नसतं? मग दोन्हीत फरक काय? आंधळं करतं ती वासना असते. ज्यांना आई-बाप नाहीत, ज्यांना कुणी बघणारं नाही, त्यांनी स्वतः साथीदार शोधणं ठीक आहे; पण तुझ्यासारख्यानं? आम्ही कुठं गेलोय का? आम्हाला तुझ्या साथीदाराबद्दल कळणार नाही का? करिअर केलंस तर पोरी मागं लागतील. नाहीतर आयुष्यभर तुलाच पोरींच्या मागं लागावं लागंल. आता तू ठरव काय करायचं ते.' एवढं बोलून शंकर गप्प बसला.

दिवस वर आला होता. आभाळ कोंदटलं होतं. वारा गप्पगार पडला होता. शेतातली

झाडं खाली माना घालून उदास उभी होती. सगळं शेतच निराश होऊन पडल्यासारखं वाटत होतं. बापलेक काहीही बोलत नव्हते. सुधीर खाली मान घालून बसला होता. नुसता मुसमुसत होता.

अबोला धरून दोघंही घरी आले. त्यानंतर शंकर कुणालाच काहीच बोलला नाही. घरातलं वातावरण तंग होतं. कुणीच कुणाशी बोलण्याच्या अवस्थेत नव्हतं. दोन दिवसांची रजा संपल्यावर शंकर ड्युटीवर निघून गेला. जाताना नेहमीप्रमाणे सुधीरला जवळ घेतलं नाही, की सुजाताला जवळ घेतलं नाही. तो कुणालाच काही न बोलता निघून गेला.

बारावीचा निकाल लागला. सुधीरला ६४ टक्के मार्क पडले. सुधीरनं शंकरला भीतभीतच फोन केला आणि म्हणाला, "निकाल लागलाय. पासपण झालोय. जाऊ का पुण्याला?"

"बघ तुझ्या बेतानं." शंकर कोरडेपणानं म्हणाला.

मालनला वाटायचं, सुधीरनं इथंच कुठंतरी ॲडमिशन घ्यावं. अभ्यास करावा, पण त्याची पुण्याला जायची इच्छा होती. काही दिवसांनी सुधीर पुण्याला गेला.

पोराला पुण्याला जाऊन चार-पाच वर्षं झाली. शंकरनं स्वेच्छानिवृत्ती घ्यायचं ठरवलं. नोकरीत मन रमत नव्हतं. घराकडं जायला पण पूर्वीसारखं भरून येत नव्हतं. त्याला वाटायचं की, 'मालनला घेऊन दूर कुठंतरी जावं.'

शंकर कायमचा गावी आला. शेतातली कामं करू लागला. कधीतरी पोराचा फोन यायचा. 'फी भरायची आहे. पैसे पाठवा.' यापलीकडं बोलणं नाही.

अभ्यास कसा चाललाय? परीक्षा संपली का? मार्क किती पडले? आता नेमका कशाचा अभ्यास सुरू आहे? असली काहीही विचारपूस नाही. कसं चाललंय? काय चाललंय? पदवीधर होऊनही पुण्यात काय करतोयस? गावी कधी येणार आहेस? असं काहीही नाही. शंकर जास्तच उदास व्हायचा.

दिवस असेच जात होते. शंकर आपली शेती करत होता. मुलगा अधिकारी होईल ही आशा त्यानं पार सोडून दिली होती. शंकरनं विचार केला होता की, 'आता तो सज्ञान झाला आहे. त्याच्या भविष्याचं त्याला समजंल. अज्ञान होता तोपर्यंत आपण समजून सांगितलं. आता त्याचं भविष्य त्याच्या हाती. आपण तरी काय करणार?'

बुधवारी नवीन उसाची लागवड करायची होती. शंकरचं शेत घरापासून दीड किलोमीटर अंतरावर होतं. त्यामुळं तो सकाळी लवकरच घरातून निघाला आणि पोचल्या पोचल्याच कामाला सुरुवात केली होती. शंकर शेतात सारटी सोडत होता. ट्रॅक्टरमागं गडी तण वेचत होता आणि लांबून सुजाता पळत येताना दिसली. धापा टाकत... ठेचकाळत... तिला तसं पळत येताना बघून शंकरच्या काळजाचं पाणी झालं.

'मालनला काय झालं का काय?' त्याच्या मनात विचार येऊन गेला. शंकरनं ट्रॅक्टर बंद केला आणि खाली उतरला. तोपर्यंत सुजाता जवळ आली होती. तिला बोलता येत नव्हतं. घामाघूम झालेली. धाप लागलेली. सगळं अंग धुळीनं माखलेलं.

शंकरनं घाबरून विचारलं,

"काय ग, काय झालंय?" सुजातानं हातातली पिशवी शंकरपुढं टाकली आणि गप्पकन खाली बसली.

शंकरही गोंधळून गेला. नेमकं झालंय काय? त्यालाही कळंना. शंकरनं पिशवी बघितली. त्यात दैनिक 'सकाळ' पेपर होता. पेपरमध्ये पहिल्या पानावर ठळक बातमी होती, 'यूपीएससी परीक्षेत सुधीर शंकर जाधव देशात नववा, तर महाराष्ट्रात पहिला!'

शंकरनं पेपरसहित पोरीला गच्च मिठीत घेतलं. वादळात मोठं झाड हलावं, तसा तो गदगदायला लागला. त्याच्या आनंदाला पारावार उरला नाही. शंकरच्या डोळ्यातल्या पाण्यानं सुजाताचं डोकं ओलंचिंब झालं होतं!

दुकानदारी

आज रविवार. लवकर उठायचं जिवावर आलेलं, पण इलाज नव्हता. भट्टी काढायची. मुसा साफ करायच्या. कचरा काढायचा. चांदी गोळा करायची. भट्टी लिपायची. चिमटा, सांडशा व्यवस्थित लावायच्या. दुकान झाडायचं. सगळा कचरा कोपऱ्यातल्या बॅरेलमध्ये टाकायचा. जाजम हातरायचं. दुपारपर्यंत हाताला दम नाही. मग अंघोळ करायची. त्यानंतर जेवण. प्रत्येक रविवारी असा दिनक्रम. रविवारी दुकानाला सुट्टी, पण ती नावालाच. दिवसभर कामाचा असा वैताग यायचा.

केरळला आटणीच्या दुकानाला येऊन नंदूला सहा वर्षं झालेली. एखाद्या जत्रेला गावी जायचं, नाहीतर गावाकडचं नाव नाही. जीव नुसता वैतागलेला. इकडं येताना मालकानं तसा ठरावच केला होता, की दोन वर्षांतून एकदा गावी पाठवलं जाईल, ते पण आठवड्याकरता; नाहीतर गावी जायचं नावच काढायचं नाही. त्यावेळी दुकानाला येण्याची एवढी ओढ, की दोन वर्षं काय, तीन वर्षं जरी गावाकडं नाही गेलं तरी चालंल, असं वाटत होतं; पण आता मात्र खऱ्या परिस्थितीची जाणीव झाली होती.

नंदू सातवीला होता. त्यावेळची गोष्ट. गावात दुकानाकडून शेठ लोकं यायची. पांढरीशुभ्र कापडं. बोटात सोन्याच्या अंगठ्या. गळ्यात मोठ्या चैनी. कपड्याला सुगंधी अत्तर. चार चाकी लाल गाडी.

एकदा बबनशेठ गावी आले होते. बबनशेठ हे नंदूपेक्षा चार-पाच वर्षांनी मोठे असावेत; पण ते शाळा बंद करून दुकानाला गेले होते. गावी आले, की त्यांचा रुबाब विचारू नका. कानात वाशील तेलाचा बोळा. केस मागं घेऊन सिनेमातल्या हिरोसारखा पाडलेला भांग. हातात सोन्याचं नक्षीदार ब्रेसलेट. सगळ्या बोटात सोन्याच्या अंगठ्या. अंगठ्यामध्ये हिऱ्याचे खडे. बबनशेठ सहज जवळून चालत गेले, तरी सुगंधी फुलांचा ताटवा गेल्यासारखं वाटायचं.

त्यावेळी गावात वस्तू विकायला विक्रेते येत असत. गावात किराणा मालाचं एकच

दुकान होतं, बाकी कसलीच दुकानं नव्हती. त्यामुळं खेळणीवाले, कपडेवाले येऊन गावात फेऱ्या मारत असत.

एकदा गावात कपडे विकणारा आला होता. त्या कपडेवाल्याजवळ काही पँट पीस आणि काही शर्ट पीस होते. बबनशेठ त्या रस्त्यानं जात होते. माणसांची गर्दी पाहून तेही थांबले. पाहतात तर काय, कपडे विक्रीला ठेवले आहेत. प्रत्येकजण दर विचारत होता. घासाघीस करत होता. गर्दीतून वाट काढत बबनशेठ पुढं आले आणि कपडेवाल्याला म्हणाले, "किती कपडे आहेत तुझ्याकडे? त्या सर्वांची मिळून किंमत किती?"

कपडेवाल्याला ते चेष्टा करत आहेत असं वाटलं. तो किंचित हसला आणि पुन्हा कामाला लागला. त्यानं बबनशेठकडं दुर्लक्ष केलं; पण बबनशेठनी पुन्हा एकदा गंभीरपणे विचारलं, "तुझ्याजवळच्या सगळ्या कपड्यांची किंमत बोल."

कपडेवाल्यानं पुन्हा एकदा वर पाहिलं. मग मात्र त्याला जाणवलं, की हे चेष्टा करत नाहीयेत. त्याला खात्री झाल्यावर तो म्हणाला, "साडेचार हजार रुपये होतील साहेब."

बबनशेठ क्षणभर थांबले. त्यांनी खिशात हात घातला आणि नोटांचं पुडकं काढून कपडेवाल्याला दिलं. करकरीत नव्याकोऱ्या नोटा. मग सगळे कपडे एका मोठ्या पिशवीत भरायला सांगितले. नंतर तिथल्याच एका पोराला सांगितलं की, 'एवढी घरी पोहोच कर.'

नंदूनं हे पाहिलं. त्याचा स्वत:च्या डोळ्यांवर विश्वासच बसंना. बबनशेठची श्रीमंती बघून नंदू दिपून गेला. त्याला कळायचं बंद झालं.

नंदूला वाटायचं, आपणही दुकानाला जावं. शेठ व्हावं. ढीगभर पैसा कमवावा. सुखाची जिंदगी बनवावी. गावात मान मिळवावा. बबनशेठसारखं श्रीमंत होऊन जवळ नोटांची पुडकी ठेवावी. अंगावर सोनं घालावं. बोटात हिऱ्याच्या खड्याच्या अंगठ्या घालाव्या; पण आईबाप म्हणायचे, 'शाळा शिक. दुकानाला कवाबी जाता येईल. शाळा मात्र पुन्हा न्हाय.' म्हणून नंदू शाळेत जायचा. पण घरची खूप कामं असायची. शाळा शिकण्यापेक्षा शेतातल्या कामाची नंदूला भीती वाटायची. शेताकडं गेलं, की त्याला उदास वाटायचं. शनिवारी, रविवारी गुरं राखायला लागायची. कधी शेतात भुईमूग खंदावा लागायचा. कधी कुळवायला लागायचं, तर कधी हायब्रीड खुडायला लागायचं.

गाव दुष्काळी. उन्हाळ्यात पाण्याचा टिपूस नसायचा. सगळी रब्बी पिकं करायची. हायब्रीड, तूर, मटकी ही पिकं असायची. त्यावरच कसंतरी घर चाललेलं.

अशाच एका शनिवारी हायब्रीड मळायचं होतं. सकाळीच मळणीचं मशीन आलं होतं; पण कणसं थोडी ओलसर होती. 'ऊन वर आल्यावर मळू,' असं वडील म्हणाले.

तास-दोन तास गेले. ऊन चपचपीत झालं. झळा पोळायला लागल्या. वारा जागीच थांबला होता. अंगाची लाही लाही व्हायला लागली.

'आता कणसं थोडी हलवूया. खाली-वर करू या. लगेच जूपान करू या,' असं

वडील म्हणाले आणि कामाला लागले. नंदू पण कामाला लागला.

तो वडिलांना म्हणाला, 'तुम्ही बसा थोडा वेळ. मी हलवतो कणसं.'

कणसं हलवायला सुरुवात झाली. अंगावर कूस पडायची. हायब्रिडाची कूस लय वाईट. आग बोंड लावल्यागत खाज उठती. जिथं खाजवलं, तिथं जास्तच खाजवू वाटतं. अंग लालभडक होऊन जातं. जखमेला चटणी लावल्यागत भडभडत राहतं.

नंदू कणसं खाली-वर करत होता. कणसाची कूस अंगावर पडत होती. उन्हानं घामाच्या धारा लागलेल्या. त्यातच अंगावर कूस पडायला लागलेली. कणसाच्या खाजवणाऱ्या कुसात आणि उन्हाच्या धगीत नंदू होरपळून निघाला होता.

नंदूची शेती कोरडवाहू होती. पिकं पावसाच्या जिवावर. त्यामुळं हायब्रीड कर, कुठं सोयाबीन कर असं चाललेलं. नंदूला वाटायचं, 'नको ही कामं. त्यापेक्षा सोन्या-चांदीच्या दुकानाला जावं. दुकानाला गेलं, की शेतात विहीर पाडू. बागायती शेती करू. शेतीत काम करायला रोजगारी लावू. दोन-तीन वर्षांत गाडी घेऊ. माडी असणारं चांगलं घर बांधू.'

केरळ-तामिळनाडूला नंदूच्या गावातली भरपूर मंडळी होती. त्यांना अटणीच्या दुकानात कामाला मुलं हवी असायची. नंदूचं गाव दुष्काळी. त्यामुळं काहींचे आईवडील त्यांच्या मुलांना सातवी-आठवीतूनच तिकडं कामासाठी पाठवून द्यायचे. असंच आठवड्या-पंधरा दिवसाला कुठलातरी शेठ यायचा आणि 'नंदूला आमच्या दुकानात पाठवा,' असं म्हणायचा; पण नंदूचे वडील नकार द्यायचे.

नंदू आठवीत होता. सहामाही परीक्षा संपली. एके दिवशी नंदूला दुकानाकडं नेण्यासाठी एक शेठ आले. नंदूच्या वडिलांना त्यांनी बऱ्याचदा विचारलं; पण वडील तयार होत नव्हते. एक तर नंदू शेतीमध्ये हातभार लावत होता; शिवाय तो शिकतही होता. एकुलता एक पोरगा. एवढ्या लांब जाणार. गाव भावकीतून बाहेर पडणार. नंदूच्या वडिलांनी साफ नकार दिला.

शेठ म्हणाले, 'शेतात राबवला, तर तो शेतकरीच होईल. तुमच्यासारखंच त्याला आयुष्य काढावं लागंल. शेतीत काय पिकतंय? आमची पण शेती आहेच की. हे घ्या दहा हजार रुपये ॲडव्हान्स. दरवर्षी वीस हजार रुपये देईन.' असं म्हणत शेठनी नोटांचं पुडकं नंदूच्या वडिलांसमोर ठेवलं.

नंदूच्या वडिलांनी थोडा विचार केला. नाहीतरी नंदू शाळा शिकून काय करणार होता? नोकरी लागंल याची तरी कुठं खात्री होती? शेतात पिकत नाही, हेसुद्धा खरच होतं. त्यामुळं ते तयार झाले आणि नंदू दुकानाला गेला.

सोन्याचं काम शिकेपर्यंत मालकाच्या घरची कामं करायची. ती नवीन असणाऱ्यांना

सगळ्यांनाच करावी लागतात, असं नंदूला बऱ्याचजणांनी सांगितलेलं होतं. नंदूला सोनं पकवायचं काम शिकायचं होतं. घरची गरिबी, माळाची शेती, माळावरची गुरं, फाटकी कापडं, हायब्रीडची कूस, असं सगळं त्याच्या नजरेपुढं यायचं. मग आपण खूप मोठं व्हायचं, असं म्हणून तो राबायचा.

पण मालक खडूस. रात्री उशिरा भट्टी विझायची. भट्टी विझल्यावर नंदूला काम लावायचं. भट्टीतली राख बाजूला काढायची. उरलेला कोळसा डब्यात भरायचा. मुसा, सांडशा जिकडं तिकडं ठेवायच्या. सगळं दुकान झाडून काढायचं. कचरा गोळा करून तो पोत्यात भरायचा. तो बाहेर टाकायचा नाही, कारण त्यातून सोनं निघतं. मग झोपायला कधी अकरा, तर कधी बारा वाजायचे.

सकाळी उठायला थोडा जरी उशीर झाला, तरी मालक ओरडायचा, 'ए कातड्या, उठ की. आठ वाजले. आंगण कोन तुजा बा झाडायचा का?' मालकाचा आवाज ऐकताच नंदू झटकन उठायचा. सगळं अंगण झाडायचा. अंगण झाडलं, की मालकाच्या पोराला शाळेत सोडून यायचा. येताना दूध घेऊन यायचा. पण कधीकधी मालकाचं पोरगं रडत बसायचं. तिथल्या इंग्लिश शाळा. मल्याळी भाषा. शाळेतली बाई काय बोलतेय, ते नंदूला कळायचं नाही आणि नंदू काय बोलतोय ते बाईला कळायचं नाही. मग पोराला दोन चॉकलेटं आणून द्यायची. पोरगं शांत व्हायचं. मगच शाळेत पाऊल टाकायचं. यात अर्धा-पाऊणतास तरी जायचा. घरी गेलं, की दूध उशिरा आलं म्हणून मालकीण ओरडायची.

एकदा असाच नंदू पोराला सोडायला शाळेत गेला होता. त्यानं शाळेच्या गेटवर पोराला सोडलं. पण पोरगं व्हरांड्यातून पळत जाताना खाली पडलं. त्याच्या गुडघ्याला थोडंसं खरचटलं. त्यातून रक्त येऊ लागलं. पोरगं रडायला लागलं. नंदूनं त्याला उचलून घेतलं आणि तसाच दवाखान्यात गेला. त्याला मलमपट्टी केली. परत येताना त्याला दोन चॉकलेटं दिली, तेव्हा कुठं पोरगं हसायला लागलं आणि शांतपणे शाळेत गेलं.

नंदू परत फिरला. नंदूचा त्या मुलावर जीव होता. बोलूनचालून लहान मूलच ते. त्या मुलानंही नंदूला लळा लावला होता. शाळेतून आलं, की ते नंदूच्या गळ्यात पडायचं. शाळेत सोडायला त्याला नंदूशिवाय दुसरं कुणी चालत नसे. त्यामुळेच नंदू त्याचा लाड करत असे. आजही त्याला शांत केलं आणि मगच नंदू घरी निघाला.

नेहमीप्रमाणंच येताना नंदू दूध घेऊन आला. पण आता खूप उशीर झाला होता. नंदूनं घरात पाऊल टाकलं. शाळेत झालेला प्रकार नंदू मालकिणीला सांगणार होता, एवढ्यात मालकिणीनं बडबडायला सुरुवात केली. रागाच्या भरात तिनं नंदूचं काही ऐकूनच घेतलं नाही. मालकीण म्हणाली, 'पोराला शाळेत सोडायच्या नावाखाली बोंबलत फिरायला पाहिजे. फुकटचा पगार खायला पाहिजे. लाजा कशा वाटत नाहीत रं? पण तुझ्याकडं तरी काय दोष म्हणा. आईबापच त्या लायकीचे तर तू तरी काय करणार. उद्यापासून

उशीर झाला, तर गावाकडं पाठवीन बघ.'

अशी बोलणी ऐकून नंदूला कधीकधी खूप राग यायचा. 'झक मारली अन् दुकानाला आलो,' असं त्याला वाटायचं. पण मागची परिस्थिती आठवली, की तो सगळा राग गिळायचा.

एकदा मालकिणीनं नंदूला स्वयंपाक करायला सांगितलं. मालकासहित घरात चार माणसं. दुकानातली चार पोरं. दोन कुत्री. नऊ-दहा माणसांच्या स्वयंपाकाच्या मानानं नंदूनं कणीक मळली, पण त्या दिवशी दुकानातली दोन पोरं अचानक गावाकडं गेली. नंदूला हे माहीत नव्हतं आणि मालकपण बोलले नाहीत. नंदूनं आठ माणसांच्या चपात्या केल्या आणि उरलेली कणीक तशीच ठेवली.

कणीक उरली म्हणून मालकिणीला राग आला. त्या दिवशी नंदूला जेवण दिलं नाही आणि म्हणाली, 'गावाकडं असतास, तर अन्न मिळालं असतं का? अशी रोज कणीक मातेरं व्हायला लागली, तर आमचं दिवाळं निघंल. तुझं कामावर ध्यानच नाही. आज तू चपात्या खायच्या नाहीत, तर उरलेली कणीक तशीच खायची. नाहीतर उद्याच्या उद्या गाव गाठायचं.' अचानक मालकिणीच्या हल्ल्यानं नंदू हबकून गेला. गावाकडं जावं लागंल, या भीतीनं त्याच्या पोटात गोळा उठला. पुन्हा गावाकडचं भीषण चित्र त्याच्या डोळ्यापुढं उभं राहिलं. काहीही करून गावाकडं जायचं नाही. कितीही कष्ट करावं लागलं, तरी हार मानायची नाही असं ठरवलं होतं; पण नको त्याच गोष्टी घडायला लागल्या. गावाकडं जाण्याच्या भीतीनं आणि मालकिणीच्या मारक्या म्हशीगत झालेल्या अवताराकडं बघून नंदूनं त्यादिवशी कच्ची कणीक खाल्ली.

रात्रभर नंदू रडला. त्याच्या डोळ्याला डोळा लागला नाही. रात्रभर तो विचार करत राहिला. 'काय आलं हे आपल्या वाट्याला? आपण काय ठरवून आलो होतो आणि इथं आल्यावर झालं काय? ज्या दिवशी मालक न्यायला आला होता, त्या दिवशी किती प्रेमानं बोलत होता की, 'तुमच्या पोराला आमच्या पोरासारखं जपू. आम्ही आमच्या दुकानात गड्यांना गड्यासारखी वागणूक देत नाही. आम्हीपण त्यातूनच आलो आहोत. आमची मालकीण म्हणजे त्यांची आई आहे, असंच वाटंल बघा तुमच्या पोराला.' मालकाच्या या बोलण्यालाच आपले वडील भाळले. पण आता या गोष्टी पेलणाऱ्या नाहीत. आता हे सगळं सहनशक्तीच्या पलीकडं गेलंय. असं किती दिवस काढावं लागणार? त्याचाही अंदाज नाही. त्यापेक्षा गावाकडं जाऊन शेती केलेली परवडली. नको आता हे असलं जिणं. सकाळी उठून गावाकडं जायचं आणि पुन्हा दुकानदारीचं नाव नको,' असं मनाशी घट्ट ठरवूनच नंदू झोपला.

भल्या पहाटं नंदू उठला. आता त्या घराशी आणि मालकाशी त्याचं नातं राहिलं नव्हतं. त्यामुळं तिथं थांबण्यातपण अर्थ नव्हता. कालच ठरवल्याप्रमाणं तो वाट फुटंल तिकडं

जाणार होता, पण इथं थांबणार नव्हता. तो उठून बाहेर पडणार, इतक्यात त्याला काहीतरी आठवलं. त्यानं खिसा चापचला. पाच रुपयांचं नाणं हाताला लागलं. त्यानं मालकाच्या पोराच्या शाळेच्या पिशवीत ते टाकलं. 'पोरगं जागं असतं, तर चॉकलेट घे म्हणून मागं लागलं असतं,' त्या विचारानं त्याला क्षणभर गलबलून आलं; पण तो तसाच बाहेर पडला.

बाहेर अजून काळोख होता. पुढचं काही दिसतही नव्हतं. तो शेजारच्या चर्चमध्ये गेला. तिथं बसून विचार करू लागला. 'घरी जाऊन तरी काय करणार? शेतातच राबावं लागणार. ना पाणी, ना बागायत. गावातल्या मित्रांची परिस्थिती आपण बघतोय. त्यापेक्षा इथंच कुठंतरी काही करता येईल का?' मग त्याला मित्राची आठवण आली. बंगाली रामन. सोन्याच्या साखळ्या बनवणारा. साखळ्या बनवून डोळ्यानं अधू झालेला. नंदू उठला. बाजूच्या नळावर गेला. चूळ भरली. तोंडावर पाणी मारलं आणि थेट पोनानीला रामनच्या घरी गेला.

रामनचं घर कसलं? कोंदटलेली खोलीच ती. तिथंच स्वयंपाकाची भांडी पडलेली. मळके, फाटके कपडे वर खुंटीला अडकवलेले. भिंतीचा रंग पार उडून गेलेला. बाजूलाच तांदळाचं ठिकं पडलेलं. तिथंच दोन-तीन ताटं, पातेले, डबे आणि जुनाट पितळी स्टोव्ह पडलेला. भात करून रामन कसातरी पोटाची खळगी भरत असावा. रात्रीचं अंथरूणही तसंच कोपऱ्यात अस्ताव्यस्त पडलेलं. कोपऱ्यात सोन्याच्या साखळ्या बनवायचं साहित्य पडलेलं. छोट्या-मोठ्या कातऱ्या. सांडशी. चिमटे. बारका हातोडा. छोट्या ऐरणी. सोन्याच्या तारा गुंडाळायच्या काळपट बॉबीन आणि बरंच काही.

त्या एकूण खोलीवरच मळभ साठलेलं. पावसाळ्यात कोंदटल्यासारखा खोलीभर वास येत होता.

रामनही दुसऱ्या शेठकडं कामालाच होता. त्याचीही परिस्थिती नंदूसारखी हलाखीचीच होती. रामननं नंदूला आत बोलावलं. बसायला सांगितलं. पायात पडलेलं सामान बाजूला करत नंदू तसाच खाली बसला.

नंदूनं रामनला सगळी कहाणी सांगितली. रामनला खूप वाईट वाटलं. तो नंदूला धीर देत म्हणाला, "मी आमच्या मालकाला सांगतो, तो ठेवंल तुला कामावर. त्यांच्या ज्वेलरी शॉपमध्ये कामगारांची गरज आहे. काही काळजी करू नकोस."

दुसऱ्या दिवशी नंदू आणि रामन त्याच्या मालकाकडं गेले. मेन रोडला ज्वेलरी शॉप होतं. चकचकीत काचा. आत देखणं फर्निचर. दागिने ठेवण्यासाठी कपाटं. त्या कपाटांना लावलेलं रेशमी लाल रंगाचं कापड. त्यामध्ये वेगवेगळ्या डिझाइनचे दागिने. सहा फुटी मार्बल टाईप काउंटर. दोन-तीन कामगार. मोठी रोलिंगची खुर्ची. भट्टीचे कपडे घालून, पांढरीशुभ्र लुंगी नेसून, कपाळाला चंदनाचा टिळा लावून बसलेला मालक. स्वप्नात

हरवल्यासारखा नंदू हरवला. आपण कधीकाळी अशी ज्वेलरी घालू का? आपल्याला या परमुलखात ते शक्य होईल का? नंदू स्वतःच्याच विचारात हरवून गेला.

रामनच्या मालकानं नंदूला ज्वेलरी शॉपमध्ये काम दिलं. रोज सकाळी ज्वेलरी साफ करायची. काचा पुसायच्या. खुर्च्या साफ करायच्या. समोरचा रस्ता झाडायचा. त्यावर पाणी मारायचं. देवपूजेची सर्व तयारी करून ठेवायची. मालक आले, की नुसती अगरबत्ती ओवाळून दर्शन घेतात. मालक गल्ल्यावर बसले, की दरवाजात उभं राहायचं. गिऱ्हाईक आलं, की काचेचा दरवाजा उघडायचा. गिऱ्हाइकाला हसतमुखानं नमस्कार करायचा. दागिने घेऊन गिऱ्हाईक परत निघालं, की पुन्हा दरवाजा उघडायचा. नंदूला अजून मल्याळम भाषा येत नव्हती. मालकानं त्याला एकच वाक्य शिकवलं होतं, ते म्हणजे 'वएंदउम सआंदरशइकेनम.' म्हणजे 'पुन्हा भेट द्या' अशी विनंती करून पुन्हा नमस्कार करायचा.

कधीकधी मराठी गिऱ्हाईक यायचं. ते तोंडओळखीचं असायचं. त्याच्यासाठी दरवाजा उघडला, की ते आश्चर्यचकित व्हायचं. नंतर तुच्छतेनं बघून आत जायचं. 'शेठ बनायला आलो, पण हुजरेगिरी करायची वेळ आली,' असा विचार करून नंदूला आतून भडभडून यायचं. तो हळूहळू आतून खचायला लागला होता.

दहा-पंधरा दिवस झाले. ज्वेलरी शॉपमध्ये बरं काम होतं. मालकसुद्धा मोठ्या मनाचा होता. तो महिन्याच्या महिन्याला पगार द्यायचा. कधी नडीला पैसे लागले, तर नाही म्हणायचा नाही. आजारी पडला, तब्येत बिघडली तर सुट्टीपण द्यायचा.

एके दिवशी जुने मालक नंदूला शोधत शोधत आले. बरेच दिवस ते नंदूला शोधत होते. नंदू दुकानातून न सांगता निघून आला होता. मालकानं गावाकडं चौकशी केली, तर नंदू गावाकडंही गेला नव्हता. नंदू कुणाच्यातरी नादाला लागून आपल्या गावात दुकान काढंल, याची मालकाला भीती होती. नंदूनं दुकान काढलं, तर मालकाच्या धंद्याला मार बसणार होता. म्हणूनच मालक नंदूला शोधत होता. मालकानं ज्वेलरी शॉपच्या दरवाजात नंदूला बघितलं आणि त्यांच्या रागाचा पारा चढला. त्यांनी नंदूला रस्त्यावरूनच शिव्या द्यायला सुरुवात केली. 'गावाकडं आईबापाला अन्न मिळत नव्हतं. म्हणून तुला इकडं आणला; पण तू आमच्यावरच उलटलास. गेलास तर जा; पण माझ्या गावात दुकान लावायचं नाही. नाहीतर जिवाला मुकशील,' अशी धमकी देऊन मालक निघून गेले.

नंदूनं रात्री रामनला घडलेली घटना सांगितली. रामन त्याला म्हणाला, "काळजी करू नकोस. इथलं काम सोडू नको. अशा धमक्यांना घाबरायचं नसतं नंदू. मालकानं हा इलाका काय खरेदी केलेला नाही. आम्ही पण बंगालहून आलोय. असले खूप प्रसंग बघितलेत. मी आहे तुझ्या पाठीशी."

आपण ज्वेलरी शॉपमध्ये काम करतोय, याचं नंदूला कधीकधी खूपच वाईट वाटायचं. करायला गेलो एक आणि झालं भलतंच. सोन्या-चांदीमधला शेठ. गळ्यात चैनी, बोटात अंगठ्या, सगळंच संपलं. काय ही तऱ्हा आपल्या जिंदगीची? पण मागची परिस्थिती आठवली की, तो पुन्हा कामाला लागायचा.

काहीही झालं तरी आपण शेठ व्हायचंच, असंच नंदूनं ठरवलेलं. ज्वेलरी शॉपचा दरवाजा उघडण्याच्या कामातून नंदूच्या बऱ्याच मोठ्या गिऱ्हाइकांशी ओळखी झाल्या होत्या. कधीकधी मालक नंदूला सोन्याच्या चैनची ऑर्डर द्यायलाही पाठवत. लांबच्या गावाला गेलं की पाचशे-सहाशे रुपये मिळत. शिवाय नंदू पडंल ते काम करायचा. त्यामुळं मालक त्याच्यावर खूश होते.

नंदूचा साधा, सरळ स्वभाव. कष्ट करायची भावना. यामुळं मालकाचा नंदूवर विश्वास बसला. नंदूचा प्रामाणिकपणा मालकाला खूप आवडला. त्याच्या काम करण्याच्या पद्धतीनं आणि नम्र स्वभावानं त्यानं मालकाचं मन जिंकलं; पण जुने मालक काही पिच्छा सोडत नव्हते. ते नंतरही दोन वेळा आले आणि ज्वेलरी मालकांची भेट घेतली. त्यांना एकाचं दोन करून सांगितलं. आता हे मालकही कामावरून काढून टाकणार की काय, अशी भीती नंदूला वाटू लागली होती.

एके दिवशी ज्वेलरी मालकांनी मॅनेजरतर्फे नंदूला केबिनमध्ये बोलावून घेतलं. मॅनेजर आला आणि नंदूला म्हणाला, "तुला मालकांनी केबिनमध्ये बोलावलं आहे."

नंदूला वाटत होतं, 'आपल्या मनातली भीती खरी ठरली. आता इथून पण आपली हकालपट्टी होणार. आपली वेळच खराब आहे. कसातरी अन्नाला लागलो होतो. दोन रुपये मिळत होते, पण आता ह्या जुन्या मालकांनी येऊन दंगा केलाय. हा मालक तरी कसा ठेवणार आपल्याला कामावर?' विचार करत करतच नंदू केबिनमध्ये शिरला. मालकांनी त्याला बसायला सांगितलं. रेशमी कोचवर बसतानासुद्धा नंदूला वाटलं, 'आज पहिल्यांदाच केबिनमध्ये बसलो. कदाचित हे शेवटचं बसणं असावं.'

मालक म्हणाले, "हे बघ नंदू, तुझं काम आणि प्रामाणिकपणा मला आवडलाय. तुझी कष्ट करण्याची वृत्ती खूप चांगली आहे. तू वॉचमन म्हणून कामाला लागल्यापासून ज्वेलरीचा धंदा पण वाढत चालला आहे. तुझ्या कामाकडं बघून आम्ही एक निर्णय घेतला आहे." असं म्हणून मालकांनी हात पुढं केला. एका लॉकरच्या चाव्यांचा जुडगा नंदूच्या हाती दिला आणि म्हणाले, "आजपासून तू व्यापारात यायचं आहेस."

मालकांचं बोलणं ऐकून नंदूला भरून आलं. तो स्वतःशी मनातल्या मनात बोलू लागला, 'कुणाचा कोण मालक? ना जातीचा, ना पातीचा. ना धर्माचा, ना भावकीचा. ना सग्यासोयऱ्याचा. जवळच्या म्हणवणाऱ्या माणसानं लाथाडलं; पण या परमुलखातल्या माणसानं आपल्याला जवळ केलं. आपल्यावर विश्वास टाकला.' नंदूला गलबलून

आलं. डोळे डबडबले. भरल्या डोळ्यांनी त्यानं उभा राहून मालकांना नमस्कार केला.

'जिवाचं रान करून मालकानं सोपवलेली जबाबदारी पार पाडायची,' असा निश्चय करून नंदू केबिनच्या बाहेर पडला.

मालकानं नंदूला व्यापारात घेतलं आणि नंदू व्यापार करू लागला.

दहा-बारा वर्षं झाली, तरी नंदू काय काम करतोय, हे गावाकडं कुणालाच माहीत नव्हतं. त्यानं यातलं काहीही घरी सांगितलं नव्हतं. सांगून काही उपयोग होणार नाही, हे नंदूला माहीत होतं. गावाकडं जसा समज आहे, तशी ही दुनिया नाही. इकडची दुनिया खूप वेगळी आहे. एक-दोन वेळेला नंदू गावाकडं जाऊन आला, पण कोणत्या दुकानात काम करतोय आणि कुठं आहे, याबाबत त्यानं वडिलांना सांगितलं नाही. वडिलांनीही विचारलं नाही. कारण पोरगा दुकानाकडं आहे आणि चार पैसे घरी देतोय यावर वडील खूश होते. दुकानाकडं आहे एवढं खरं, बाकी कशाला चौकशी?

दिवस असेच जात होते. नंदू व्यापार करत होता. दहा-बारा वर्षं अशीच गेली असतील.

आणि मग एक दिवस नंदूनं गावाकडं आईवडिलांना निरोप दिला की, 'माझ्या ज्वेलरी शॉपचं ओपनिंग आहे. तुम्ही दोघंही या. येताना गावातली, भावकीतली माणसं घेऊन या. प्रवासखर्चाला मी पैसे पाठवतोय. त्यांच्या राहण्याची, खाण्यापिण्याची सर्व व्यवस्थाही मी केली आहे.'

नंदूचे वडील गावातली पन्नास-साठ माणसं घेऊन केरळला निघालेले. नंदूनं स्वतःच्या छोट्याशा व्यवसायाला सुरुवात केलेली; त्याला शुभेच्छा द्याव्यात, म्हणून गाववाले निघालेले.

नंदूनं भाड्यानं जागा घेऊन ज्वेलरी शॉप सुरू केलं असावं, असा गाववाल्यांचा अंदाज होता. कारण त्याचे झालेले हाल सर्वांनी ऐकले होते. कसातरी तो दोन रुपये मिळवत होता, पण ज्वेलरी दुकान घालण्याची त्याची खूप इच्छा होती. ते त्याचं स्वप्नच होतं. त्यामुळंच त्यानं दहा-बारा वर्षांनंतर छोटंसंच ज्वेलरीचं दुकान सुरू केलं असावं, असाच गाववाल्यांनी कयास केला होता.

सर्व जण पहाटे पाचला त्रिशूरला पोहोचले. नंदूनं या सर्वांची सोय एका चांगल्या हॉटेलमध्ये केली होती. तिथं सर्व जण उतरले. सर्वांच्या अंघोळी झाल्या. लगेच चहा आणि नाश्ता आला. मग काही जण विश्रांती घेऊ लागले. हॉटेलपासून नंदूची ज्वेलरी खूप लांब होती. कुणाला रस्ताही माहिती नव्हता.

ओपनिंगचा कार्यक्रम संध्याकाळी सहा वाजता होता. तोपर्यंत करायचं काय? मग काही जण उगीचच इकडंतिकडं फिरत राहिले, पण फिरणार तरी कुठं? भाषा तर कळत नव्हती. यांचं बोलणं तिथल्या लोकांना समजत नव्हतं. त्यामुळं काही जण पुन्हा

हॉटेलमध्ये येऊन लोळत पडले होते.

सायंकाळचे पाच वाजले होते. कार्यक्रमाला थोडाच अवधी शिल्लक होता. नंदूनं गाववाल्यांना कार्यक्रमाच्या ठिकाणी आणण्यासाठी एका माणसाला पाठवलं होतं. सर्व गाववाले उठले. नंदूचं ज्वेलरी शॉप बघायला आणि कार्यक्रमाला त्या माणसाच्या मागं आले. थोड्याच वेळात ज्वेलरी शॉपच्या ठिकाणी पोहोचले.

बघतात तर काय? मेनरोडला तीन हजार चौरस फुटांचा फ्लॅट. साठ किलो सोन्याचा स्टॉक. दारात दोन बंदूकधारी गार्ड. शॉपमध्ये नऊ लेडीज कामगार. एक मॅनेजर. झगझगीत एलईडी लायटिंग. दुकानासमोर 'बीएमडब्ल्यू एसफाय' ही पंच्याऐंशी लाखांची चारचाकी गाडी. भव्य शोरूम. दहा बाय चाळीसचा बोर्ड, 'एम्पायर ज्वेलर्स, त्रिशूर, प्रो. प्रा. पी. नंदूशेठ.'

कार्यक्रमाला नंदूचा मित्र रामनही येणार होता; शिवाय ज्वेलरी शॉपच्या ओपनिंगला साऊथचा सुपरस्टार रजनीकांत येणार म्हणून हीऽऽऽ गर्दी झालेली.

नंदूनं कष्टानं मिळवलेलं ऐश्वर्य बघून गावातून आलेल्या माणसांनी तोंडात बोटं घातली. मुलानं उभं केलेलं वैभव बघून आईवडिलांचे डोळे भरून आले. वडिलांनी तर नंदूला मिठीच मारली आणि म्हणाले, 'नाव काढलंस पोरा, नाव काढलंस!

कार्यकर्ता

'गरिबांचा बुलंद आवाज, तरुणांचे हृदय सम्राट, आण्णा साहेबांना प्रचंड मतांनी विजयी करा...'

'खटक्यावर बोट... जाग्यावर पलटी...'

'नाद नाय करायचा पळशीच्या वाघाचा...'

'येऊन येऊन येणार कोण? आण्णाशिवाय हायचं कोण?'

'आत्ता न्हाय तर कधीच न्हाय...'

आण्णा साहेबांच्या प्रचारानं जोर धरला होता. घोषणांनी सत्तूचा आवाज पार बसला होता. दिवसभर पायाला भिंगरी. एका दिवसाला पाच-सहा गावं फिरायची. मतदान जवळ आलं होतं. एकच धांदल उडालेली. गावागावात बूथ नेमायचे. मतदार याद्या तपासायच्या. पोलिंग एजंट नेमायचे. स्लिपा वाटायच्या. मतदानाच्या आदल्या दिवशी जेवणावळी आणि इतर गोष्टी. सगळी कामं सत्तूला करावी लागायची. साहेबांचा सत्तूवर खूप विश्वास होता. सत्तू म्हणजे भरवशाचा कार्यकर्ता, आघाडीचा नेता. पक्ष वाढवावा तर सत्तूनं. मतदान ओढून आणावं तर सत्तूनं. सत्तू म्हणजे साहेबांचा उजवा हात. सत्तू म्हणजे मुलूखमैदान तोफ. धाडसाचं दुसरं नाव म्हणजे सत्तू.

साहेबांचा प्रचार शिगेला पोहोचलेला. प्रचाराच्या जिपा फिरायला लागलेल्या. एका वेळी तीन-चार जिपा गावात शिरल्या, की धुळीचा लोट उठायचा. सगळा गोंगाट. कुणाचा कुणाला आवाज कळायचा नाही. त्यातच पायी पदयात्रा निघालेल्या. मतदारांच्या घरोघरी जावं लागत होतं. कधीकधी दोन गट आमनेसामने यायचे. एकमेकाकडं भेदक नजरेनं बघायचे, पण नेते मंडळी पुढं होऊन आपापल्या गटाची समजूत काढायचे.

पळशीत दोन गटांत बाचाबाची झाली. शिवीगाळ सुरू झाली. हाणामारी होणार एवढ्यात सत्तूला फोन आला. सत्तूनं निरोप दिला, 'आमरापुरातून आलोच. तुम्ही

शांतता राखा.' सत्तूनं फोनवरूनच कार्यकर्त्यांना दरडावलं. अर्ध्या तासात सत्तू हजर.

दोन्ही गट समोरासमोर भिडलेले. हातात काठ्या, दगड. एकमेकांना शिवीगाळ सुरूच होती. सत्तू आला तसा गर्दीत शिरला. सगळ्या पोरांना आवाहन केलं. शांत करून घरी पाठवलं. सत्तूमुळं बाका प्रसंग टळला. सत्तू आला नसता, तर कुणाची तर खांडोळी झाली असती. काठ्या-कुऱ्हाडीची भांडणं सत्तूला अंगावर घ्यायची भारी आवड. या गुणांमुळंच सत्तूवर साहेबांचा जीव होता. सत्तूही पक्षाचं काम मनापासून करत होता.

पक्षाचं काम करताना सत्तूचं कॉलेज सुटलं. नेहमी डिस्टिंक्शन मिळवणारा स्टुडंट, पण राजकारणात पडला आणि शिक्षण संपलं. एकदा प्राचार्यांनी बोलवून घेतलं आणि म्हणाले, "सत्तू तू कॉलेज संपवून राजकारणात गेला असतास, तर बरं झालं असतं. निदान पदवीधर तरी हो. पदवी असल्यावर राजकारणात पण किंमत मिळते. खरं तर राजकारणापेक्षा तुला 'क्लास वन अधिकारी' झालेलं पाहायचं होतं आम्हाला. तुझ्याकडून खूप अपेक्षा होत्या. तुझ्याकडं टॅलेंटही आहे. तुला खूप चांगल्या पगाराची नोकरी लागू शकेल. काहीही कर, पण पहिला स्थिरस्थावर हो. मग बेशक राजकारणात जा."

"सर, नोकरी करण्यापेक्षा मी नोकरी देणारा होणार आहे. आपला वट तुम्हाला माहीत आहे. शिवाय साहेबांचा आशीर्वाद आहेच. साहेब आहेत तोपर्यंत काहीच कमी नाही. कदाचित येणाऱ्या पंचायतीला आपणच उमेदवार असू. आपला फक्त आशीर्वाद पाठीशी असू द्या." सत्तू म्हणाला.

सर काही न बोलता चेंबरला निघून गेले.

सत्तू राजकारणात गेला. साहेबांचा पर्मनंट कार्यकर्ता झाला. विश्वासू सेवक बनला. आज निवडणुकीची सर्व धुरा त्याच्यावरच होती.

मतमोजणी झाली. साहेब निवडून आले.

साहेबांची विजयी मिरवणूक निघाली. गुलालाची उधळण. ट्रकच्या टपावर झांजपथक. रस्त्यावर तरुणांची गर्दी. कार्यकर्त्यांच्या घोषणा. परिसर दुमदुमत होता. गुलालाची उधळण होत होती. सत्तू गुलालानं गुलाबी झालेला. पळून पळून घामाघूम झालेला. ओरडून ओरडून घसा बसलेला. केसातून घामाच्या धारा लागलेल्या. टी-शर्ट भिजलेला. सभेच्या ठिकाणी येईपर्यंत पाय मोडल्यासारखे झालेले. साहेब गाडीतून उतरले. फटाक्याच्या माळा पेटल्या. आभाळात धुराचा लोट उसळला. 'आण्णा साहेबांचा विजय असो, आण्णा साहेब तुम आगे बढो, हम तुम्हारे साथ है!' अशा गगनभेदी घोषणा. हीsss गर्दी.

आण्णा साहेबांच्या सत्कारासाठी भव्य मंडप उभारलेला. स्टेजवर पांढऱ्याशुभ्र कापडाच्या वीस-पंचवीस खुर्च्या. पाठीमागे आण्णा साहेबांच्या फोटोचं मोठं पोस्टर. बाजूला नारळाचं पोतं. एका आडव्या काठीला हार अडकवलेले. गुलाबाच्या फुलांचा बिंडा एका खुर्चीवर ठेवलेला.

विजयी मिरवणूक मंडपात आली. गर्दी खचाखच भरलेली. उभं राहण्यासाठी पण जागा नव्हती. आण्णा साहेब गाडीतून उतरले. तसे स्टेजवर गेले. अनेक कार्यकर्त्यांचे सत्कार झाले. प्रत्येक कार्यकर्ता स्टेजवर यायचा. साहेबांचा हात पाठीवर पडायचा. कार्यकर्त्याला मग धन्य धन्य वाटायचं. साहेबांचा आशीर्वाद मिळाला, की कार्यकर्ता दुप्पट ऊर्जा घेऊन कामाला लागायचा. खूप उशिरानं सत्कार संपले.

सत्तूनं प्रास्ताविक केलं. सर्व कार्यकर्त्यांना शाबासकी दिली आणि म्हणाला, 'साहेबांचा विजय तो आपलाच विजय आहे. साहेबांसाठी तुम्ही रात्रंदिवस झटलात. मतदान गोळा करण्यासाठी लढलात. यापुढं पण आपली एकी अशीच ठेवू या. तुम्हा सर्वांचे खूप खूप आभार.'

मग साहेब बोलायला उठले.

'हा नेत्रदीपक विजय माझा नसून माझ्या सर्व कार्यकर्त्यांचा आहे. कार्यकर्ते हाच माझा प्राण आहे. कार्यकर्ते हाच माझा श्वास आहे. सर्व कार्यकर्त्यांचे अंतःकरणापासून आभार. असंच माझ्या पाठीशी राहा आणि मला तुमची सेवा करण्याची संधी द्या.' साहेबांच्या भाषणानं टाळ्यांचा कडकडाट झाला. उशिरापर्यंत टाळ्या सुरूच होत्या. अखेर साहेबांनी हात उंचावून थांबण्याची खूण केली. मग सभामंडप शांत झाला. साहेबांचं भावपूर्ण भाषण संपलं. साहेब मुंबईला रवाना झाले.

आता महिना-दोन महिन्यांतून साहेब तालुक्याला येतात. त्यावेळी सत्तूलाच साहेबांची सगळी सोय करावी लागते. आठ-दहा दिवस त्यांच्याबरोबर दौरे, मीटिंग, माती आणि लग्नं असं करत फिरावं लागतं. साहेब सत्तूला घेतल्याशिवाय मतदारसंघात जातच नाहीत. दौरा संपला, की साहेब पुन्हा मुंबईला जातात. महिना-दोन महिन्यांतून पुन्हा तालुक्याला येतात.

साहेब आमदार होऊन दोन-तीन वर्षं झाली होती. आता पंचायतीचं इलेक्शन तोंडावर आलं होतं. पंचायतीच्या तिकिटासाठी साहेबांकडं उमेदवारांची रांग लागलेली. कुणाला तिकीट द्यायचं हे साहेबच ठरवणार होते.

पंचायत समितीला सत्तूइतका तगडा उमेदवार नव्हता. मतदारसंघात शोधूनही दुसरा सापडणार नाही, इतकं सत्तूचं काम होतं. त्यामुळं सत्तूचं तिकीट पक्कं ठरलेलं. फक्त डिक्लेअर करणं बाकी होतं. सत्तूची अगोदरपासूनच तयारी चालली होती. कार्यकर्ते खूश होते. सत्तूला आपण केलेल्या कामाचं चीज होणार, असं वाटायला लागलं. सत्तूला

पुरेपूर विश्वास होता की, 'साहेब तीन-चार दिवसांत येणार आणि तिकीट वाटपाचं काम करणार. सर्वांना योग्य त्या सूचना देणार. आपली शीट भरघोस मतांनी निवडून येणार. त्यासाठी साहेब आखणी करून देणार. मगच मुंबईला परत जाणार.'

तालुक्यातले सर्व कार्यकर्ते साहेबांची वाट पाहत होते. आठवड्याभरात तिकीट वाटप होणार आणि आज अचानक बातमी थडकली की, पंचायतीला आरक्षण पडलं आहे. एससी उमेदवाराला संधी मिळणार. म्हणजे सत्तूच्या तिकिटाचा विषय संपला. सत्तूची मोठी संधी हुकली. सत्तू आणि कार्यकर्ते निराश झाले.

साहेब आले आणि सर्वांची समजूत काढली. सत्तूला ते म्हणाले की, 'एका लुगड्याने कुणी म्हातारं होत नाही. अजून लांब टप्पा आहे. आपण पुढच्या वेळी नक्की तुझा विचार करू. आता रुसण्याफुगण्याची वेळ नाही. कामाला लागलं पाहिजे. विरोधी पक्षानं प्रचारात बरीच आघाडी घेतलीय. त्यामुळं आपल्याला असं बसून चालणार नाही.'

साहेबांचं शाब्दिक आवाहन संपलं. मग सर्व कार्यकर्ते जोमानं कामाला लागले. अर्थातच सत्तू सर्वांच्या पुढं होता. सत्तूनं गाव ना गाव पिंजून काढलं. मतदार संघात दोन वेळा घरोघरी फेरी मारली. रात्रीचा दिवस केला. प्रत्येक वाडी-वस्तीवर जाऊन मतदारांची भेट घेतली.

मतदान झालं. दुसऱ्याच दिवशी निकाल लागला. पंचायतीमध्ये साहेबांच्या गटाला घवघवीत यश मिळालं होतं. साहेबांनी सत्तूच्या पाठीवर हात ठेवला. त्याचं अभिनंदन केलं आणि शाबासकीही दिली.

दिवस असेच जात होते. आता सत्तूच्या लग्नाचं वय झालं होतं. त्याचे वडील स्थळ शोधत होते. सत्तूला मात्र अजिबात वेळ मिळत नव्हता. साहेबांची कामं, मतदार संघातली कामं, अडचणी असं सगळं बघावं लागायचं. कधीकधी साहेबांच्या घरातली व्यक्तिगत कामंदेखील करावी लागायची. कारण साहेबांच्या अत्यंत विश्वासू सहकाऱ्यांपैकी सत्तू एक होता.

सत्तूच्या वडिलांनी पळापळ करून कसंतरी त्याचं लग्न जमवलं. दोन्ही बाजूच्या मंडळींनी तारीख ठरवली. घरी आल्यावर सत्तूला वडील म्हणाले, "येत्या दहा तारखेला लग्नय तुझं. आता बाहेरची कामं बास झाली. लग्नाकरता तरी वेळ काढ."

त्यावर सत्तू म्हणाला, "लग्नाची तारीख साहेबांच्या वेळेनुसार ठरवावी लागंल. अशी अचानक तारीख धरून कसं चालंल? मी साहेबांची तारीख आणि वेळ निश्चित करून येतो. मग आपण तारीख पक्की करू."

"आता आम्ही तारीख फिक्स केलीय. उगीच फाटं फोडू नकोस." सत्तूचे वडील तावातावानं म्हणाले; पण सत्तूनं वडिलांचं काहीही ऐकलं नाही.

सत्तू आणि मित्रमंडळी मुंबईला गेले. साहेबांना लग्नाची आनंदाची बातमी सांगितली. साहेबांनी सत्तूचं अभिनंदन केलं आणि 'तुला भावी आयुष्यासाठी शुभेच्छा द्यायला मी नक्की येणार' असं सांगितलं. मग पीएला बोलावून घेतलं. पीएनं डायरी पाहिली आणि साहेबांच्या वेळेनुसार तारीख ठरवली.

सत्तू बाहेर पडताना साहेबांना म्हणाला, "साहेब, कोणत्याही परिस्थितीमध्ये तुम्ही लग्नाला आलं पाहिजे. मला बाकीचं काही माहीत नाही. मी माझ्या सासरवाडीच्या लोकांचं ऐकलं नाही. खुद्द माझ्या वडिलांनी तारीख धरली होती, पण तीसुद्धा बदलली. मी त्यांना सांगितलंय की, 'साहेबांच्या वेळेनुसारच माझं लग्न होईल. साहेबांची वेळ हाच माझ्या लग्नाचा मुहूर्त असंल.' यावर वडील काही बोलले नाहीत, पण थोडे नाराज झाले. पण मला काही वाटलं नाही. म्हणून तुम्ही यायला लागतंय साहेब. नाहीतर त्या दिवशी अचानक काम निघंल. तसं काही करू नका."

सत्तू भावुक झालेला पाहून साहेब उठले आणि त्यांनी त्याच्या खांद्यावर हात ठेवत म्हणाले, "मी नक्की येईन. सत्तूच्या लग्नाला आम्ही येणार नाही असं होईल का?"

साहेबांच्या आश्वासनानंतर सत्तू आणि त्याचे मित्र गावी आले.

विवाहाचा दिवस उजाडला. सत्तूच्या दारातच लग्नमंडप उभारला होता. वधूकडची मंडळी आली होती. मांडवात धामधूम सुरू होती. मुलांचा गोंधळ सुरू होता. कुरवल्यांची पळापळ सुरू होती. भावकी मंडळी, सगेसोयरे आणि मित्रमंडळी आसनस्थ झाली होती. अक्षतांची वेळ जवळ आली होती, पण साहेब अजूनही आले नव्हते. सर्वांचे डोळे त्यांच्या वाटेकडं लागले होते. सत्तूला शंभर टक्के खात्री होती. तो स्वत:लाच सांगत होता, 'साहेब येणार म्हणजे येणारच.' कारण सत्तू हा नुसता जवळचा नव्हता, तर विश्वासातला कार्यकर्ता होता.

सत्तू विचार करत होता. बराच वेळ गेला. अक्षतांची वेळही निघून गेली. लोकांची चुळबुळ सुरू झाली. मांडवात गलका वाढला. 'कुठवर वाट बघायची? नक्की येणार आहेत, एवढाच निरोप आहे. किती वेळ लागणार, काहीच अंदाज नाही.' लोकं बोलत होती. शेवटी कुणीतरी पुढाकार घेतला आणि सत्तूची समजूत काढली. 'साहेबांना काहीतरी मोठी अडचण असणार. त्याशिवाय त्यांना वेळ लागणार नाही. आपण अक्षता टाकून घेऊ.' ना नू करत सत्तूनं होकार दिला. मग अक्षतांना सुरुवात झाली.

तांदूळ पडले. तांदळाच्या मुहूर्ताला साहेब आलेच नाहीत.

साहेब चार वाजता आले. साहेबांनी वधू-वरांना आशीर्वाद दिले आणि म्हणाले, 'अचानक दौरा ठरला. जिल्ह्याच्या ठिकाणी मुख्यमंत्री येणार होते. त्यांना भेटणं आवश्यक होतं. मतदार संघातली बरीच कामं त्यांना सांगायची होती. त्या दौऱ्यातून वेळच मिळाला नाही. सकाळपासून खूप प्रयत्न केला, पण वेळेत येऊ शकलो नाही.'

साहेबांनी दिलगिरी व्यक्त केली आणि पुन्हा म्हणाले, 'नाहीतर इतक्या जवळच्या कार्यकर्त्याचं लग्नं चुकवून कसं चालंल? पण माझा नाईलाज झाला. मी खरंच पुन्हा एकदा मनापासून दिलगिरी व्यक्त करतो.'

साहेबांचं बोलणं ऐकून सत्तू सद्गदित झाला. सत्तूला भरून आलं. त्याची सगळी निराशा कुठल्या कुठं निघून गेली.

दिवस असेच जात होते. एक संपली, की दुसरी निवडणूक येत होती. सत्तूच्या मागचं काम संपत नव्हतं. रोज कुणाचं तरी भांडण, त्यामुळं रोज पोलीस स्टेशन किंवा तहसीलदार कार्यालयात दिवसातून दोन-दोन वेळा जावं लागायचं. कुणाचं रेशनिंग कार्ड, तर कुणाचा जातीचा दाखला. सत्तूला जेवायलाही वेळ मिळत नव्हता. मग घरासाठी आणि शेतीसाठी वेळ मिळणं तर दूरच राहिलं.

आता सत्तूचे वडील थकले होते. त्यांना शेतातली कामं होत नव्हती. लागवड, बी बेवळा आणायला पैसे पण नसायचे. बरीचशी शेती पडीक पडली होती. दोन एकर द्राक्षबाग काढून टाकावी लागली. सोसायटी वाढतच होती. डीसीसी बँकेचं दीर्घ मुदतीचं कर्जही थकलं होतं. सत्तूला दोन मुलं झाली. घरी थकलेले वडील. आजारी आई. दोन मुलांचा शाळेचा खर्च. कधीकधी तर सत्तूला खूप टेन्शन यायचं, पण नडत नव्हतं. साहेबांच्या शब्दानं कर्जं मिळत होती. नव्या कर्जातून जुनं कर्ज फेडलं जात होतं. वेळ निघून जात होती. वसुलीला पर्याय निघत होता, पण डोक्यावर कर्जाचा बोजा वाढतच चालला होता. 'कधी ना कधी कर्ज फिटंल आणि चांगले दिवस येतील,' असं सत्तूला वाटत होतं.

अंगावर कर्ज असलं, तरी गावात सत्तूचं वजन होतं. कुठलाच कार्यक्रम सत्तूच्या उपस्थितीशिवाय होत नव्हता. प्रत्येक लग्नकार्यात सत्तूच्या नावाचा पुकारा व्हायचा. स्वागत व्हायचं. गावात कुणी व्यक्ती मयत झाली, तर सत्तू सर्वांच्या पुढं असायचा. तिथंही पहिली श्रद्धांजली सत्तूचीच असायची. जाईल त्या कार्यक्रमात सत्तूला मान असायचा. आयुष्यात अजून काय मिळवायचंय? ही जोडलेली माणसं, मान, प्रतिष्ठा. अशावेळी शिक्षण अर्धवट सोडल्याचा निर्णय योग्य होता, असं सत्तूला वाटायचं.

सत्तूचे वर्गमित्र शिकून मुंबई-पुण्याला गेले होते आणि तिकडंच स्थायिक झाले होते. काहींनी स्वत:चा व्यवसाय सुरू केला होता, तर काहींनी नोकऱ्या धरल्या होत्या. मोठ्या पगाराच्या नोकऱ्या. पुण्याला फ्लॅट. पोरं कॉन्व्हेंटला. ते इनोव्हा गाड्या घेऊन गावाकडं यायचे. गावी आलं, की ते सत्तूला भेटायचे, नमस्कार करायचे, आणि काही काम असंल तर म्हणायचे, 'आमच्या बदलीचं तेवढं साहेबांना बोला. तुमच्या शब्दाला मान आहे. तुमचं वजन आहे.' तेव्हा सत्तूची छाती फुगायची आणि 'सर, नोकरी करण्यापेक्षा मी नोकरी देणारा होणार आहे,' प्राचार्य सरांना बोललेले त्याचेच शब्द

त्याला आठवायचे.

झेडपीची निवडणूक तोंडावर आली होती. आता मात्र साहेब शंभर टक्के आपल्याला बोलवून घेणार. जागा ओपनच होती. कुठलीच अडचण नव्हती. सत्तूच्या तिकीटाचं जवळजवळ फायनल झालं होतं. गेल्यावेळी सत्तूच्या तोंडचा घास गेला होता. आता मात्र संधी चालून आली होती. फक्त साहेबांच्या तोंडून येणं बाकी होतं. साहेबांची कामाची एक पद्धत होती. ज्या उमेदवाराला तिकीट द्यायचंय, त्याला ते मुंबईला बोलावून घेत. तिथं त्याचं तिकीट फायनल होतं. सत्तू साहेबांच्या निरोपाची वाटच पाहत होता.

अचानक एके दिवशी साहेबांनी सत्तूला मुंबईला बोलावलं. सत्तूला खूप बरं वाटलं. आपल्या कष्टाचं चीज झालं. आपण पक्षासाठी आणि साहेबांसाठी पळालो. त्याची साहेबांनी किंमत केली. साहेबांचा निरोप म्हणजे तिकिटाचं काम पक्कं झालं. तिकीट मिळालं, की निवडून येण्याचा विषयच नव्हता. शिवाय सत्तूची तेवढी लोकप्रियताही होती.

सत्तू लगेच मुंबईला रवाना झाला. सोबत मित्र आणि काही कार्यकर्ते होते. मित्र आणि कार्यकर्त्यांसहित सत्तू साहेबांच्या एसी चेंबरमध्ये शिरला. साहेबांनी चहा, नाश्ता मागवला आणि झेडपीचा विषय काढला. साहेब बोलू लागले,

“यावेळी खूप टफ निवडणूक आहे. नानांच्या गटानं खूपच उचल खाल्लीय. आपल्याला तगडा उमेदवार पाहिजे. खरं तर सत्तूचाच नंबर आहे, पण पैशांचा प्रश्न आहे. पक्ष आणि मी आहेच. पण उमेदवारानं स्वतः पंधरा-वीस लाख घातले पाहिजेत. सत्तूची तेवढी परिस्थिती नाही. म्हणून एवढ्यावेळी सत्तूनं गप्प बसावं. पक्षाच्या प्रतिष्ठेचा प्रश्न आहे. माझ्याही अस्तित्वाचा सवाल आहे. सत्तूला मार्केट कमिटीचा सदस्य केलेलाच आहे. सहा महिन्यांत चेअरमन करू या आणि पुढच्या झेडपीला सत्तूचाच नंबर असणार, माझा शब्द आहे.”

साहेबांचं खरं होतं. आजकाल पैशांशिवाय निवडणूक होत नाही. पुढच्या झेडपीला आपणच अध्यक्ष असणार. साहेबांनी शब्द दिलाय. कसलं का असेना, पण एखादं तरी मार्केट कमिटीचं पद आपल्याला दिलंच आहे. सत्तूनं स्वतःचं समाधान करून घेतलं. सत्तूच्या जागी सचिनराव उभे राहिले. गावाकडं येऊन कार्यकर्ते प्रचाराला लागले. सत्तूनं पायाला भिंगरी बांधली. घरदार, बायकापोरं विसरून कामाला लागला. डोळ्यात तेल घालून रात्री जागून काढल्या. तीन-तीन वेळा मतदारयाद्या चाळून पाहिल्या. प्रत्येक मताला महत्त्व होतं. नेहमीप्रमाणंच त्यानं मतदान वाढवण्यासाठी जबरदस्त प्लॅनिंग केलं. सचिनराव तीन हजार मतांनी निवडून आले.

दिवस असेच जात होते. सत्तूची पोरं आता मोठी झाली होती. गेल्या वर्षी वडील गेले. घर पोरकं झालं. आता तर घरी कुणीच कमावतं राहिलं नाही. धाकटा पोरगा कॉलेजला होता. थोरला पोरगा नाशिकला प्रायव्हेट जॉब करत होता. त्यालाही गव्हर्मेंटमध्ये चिकटवणार, असा साहेबांनी शब्द दिला होता.

डीसीसी बँकेचं कर्ज दुप्पट झालं होतं. शिल्लक राहिलेला ऊस तुऱ्यात येऊन त्याचा कडबा झाला होता. पैसा येण्याचे सर्व मार्ग संपले होते. घरावर गरिबीची अवकळा पसरलेली; पण एकदा पोरं नोकरीला लागली की, महिन्याला लाखभर रूपये येतील. कर्ज काय डाव्या हाताचा मळ. लगेच फिटून जाईल. मग बायकोला चार दागिने घेता येतील. उसाची डागडुजी करता येईल. बागपण वाढवता येईल. शिवाय येणाऱ्या निवडणुकीत आपणच अध्यक्ष. साहेबांनी शब्द दिलाय. साहेब विचार करणारच. हयात घालवली पक्षात. आता कल्ले पांढरे झाले. टक्कल पडलं. कार्यकर्ते विचारतात. सत्तू तात्या तब्येत कशी आहे? वय झाल्यासारखं वाटतंय. ज्येष्ठ कार्यकर्ता म्हणून तरी साहेब नक्कीच तिकीट देणार. सत्तू अजूनही आशा बाळगून होता.

अलीकडे साहेबांचे चिरंजीव पण राजकारणात उतरले आहेत, पण साहेब त्यांच्यावर नाराज आहेत; शिवाय साहेब घराणेशाहीच्याही विरोधात आहेत.

धाकलं साहेब अलीकडं प्रत्येक कार्यक्रमात येतात. भाषण करतात. गरिबांची सेवा करणारं आमचं घराणं आहे, असं म्हणतात. आमदार साहेबांचे चिरंजीव म्हणून त्यांना लोकं प्रचंड मान देतात. त्यांच्या भाषणांना टाळ्या कडाडतात. कुणाचं काम असंल, तर डायरेक्ट मंत्र्याला फोन करतात. त्यांच्याबरोबर नेहमी दहा-वीस कार्यकर्ते असतात.

वर्षभरातच झेडपीची निवडणूक जाहीर झाली. अध्यक्षपदासाठी सत्तूच अग्रेसर होता. ज्येष्ठ म्हणून, एकनिष्ठ कार्यकर्ता म्हणून. साहेबांनीही शब्द दिला होता. धाकल्या साहेबांना अजून पोच नाही. त्यांना उभं राहण्याचा अधिकार आहे, पण साहेबांचाच विरोध आहे. घराणेशाही साहेबांनाच नकोय. साहेब तसे पुरोगामी विचारांचे आहेत.

एके दिवशी साहेबांनी सत्तूला बोलावलं. सत्तू गेला. त्याच्याबरोबर त्याचे दोस्त होतेच. सत्तूनं दालनात प्रवेश केला. साहेब चिंताग्रस्त चेहरा करून बसले होते. थोडा वेळ काहीच बोलले नाहीत. नंतर म्हणाले, "सत्तू, आपलेच दात आणि आपलेच ओठ. काय करायचं? कुणाला बोलायचं?"

सत्तू म्हणाला, "नक्की काय घडलंय साहेब? सत्तू असताना तुम्ही असं चिंताग्रस्त का?"

तेव्हा साहेब म्हणाले, "मी गेले चार दिवस प्रयत्न करतोय, पण चिरंजीव ऐकायला तयार नाहीत. मलाच तिकीट हवं म्हणून हट्ट करून बसलेत, पण मला चिरंजीवांपेक्षा सत्तू कार्यकर्ता जवळचा आहे. ज्यानं माझ्यासाठी उभी हयात घालवली. त्याला आम्ही

विसरणार नाही. पण चिरंजीव ऐकत नाहीत. आम्ही काय करावं? तू म्हणशील तसं करू. भले चिरंजीव आमच्यापासून दूर गेले, तरी चालतील."

साहेब भावनाविवश झाले. साहेबांची अवस्था बघून सत्तूला भरून आलं. सत्तूनं साहेबांना ठामपणे सांगितलं, "धाकल्या साहेबांचा अर्ज भरा. घरातच फाटाफूट नको. आम्ही पक्षासाठी एवढे दिवस राबलो. आता साहेबांच्या घराण्यासाठी राबलो म्हणून काय झालं?"

साहेबांनी सत्तूला जवळ घेतलं. पाठीवर शाबासकीची थाप मारली. सत्तू आणि त्याच्या बरोबरच्या सर्व कार्यकर्त्यांची 'ताज' हॉटेलला सोय केली. सर्व कार्यकर्ते ताजला रवाना झाले. तिथं त्यांनी अंघोळी केल्या. नंतर जेवण केलं. तोपर्यंत रेल्वेचं तिकीट घेऊन शिपाई आला. साहेबांनी सर्व कार्यकर्त्यांची रेल्वेच्या फर्स्ट क्लासनं गावाकडं जाण्याची व्यवस्था केली होती.

रात्री रेल्वेनं कार्यकर्ते आणि सत्तू गावाकडं निघाले, पण सत्तूबरोबर आलेले कार्यकर्ते नाराज होते. ते सत्तूला म्हणाले, 'किती दिवस असं चालणार? आयुष्यभर कार्यकर्ता म्हणूनच राहणार का? तुम्ही काय ठरवलंय सत्तू तात्या? तुम्ही जागेवरच साहेबांना विचारायला पाहिजे होतं की, जुन्या जाणत्या कार्यकर्त्यांना वाऱ्यावर सोडून चिरंजीवाला तिकीट मिळतेच कशी?' सत्तू त्यावर काहीच बोलला नाही.

रेल्वे सुसाट चाललेली. रुळाच्या बाजूचे लाईटचे पुंजके वेगात मागं सरकत होते. गार वारा सुटला होता. सत्तू खिडकीशेजारी बसला होता.तो खिडकीतून बाहेर पाहत होता. सत्तूला उदास वाटत होतं. मित्र बोलत होते, त्यातही तथ्य होतं.

'उभी हयात राजकारणात घालवली. साहेबांशी एकनिष्ठ राहिलो. आयुष्यात दुसऱ्या पक्षाचा आणि दुसऱ्या साहेबांचा कधी विचार केला नाही. घरात बापाच्या जागी साहेबांचा फोटो लावला. राजकारणामुळं घराकडं दुर्लक्ष झालं. बागा गेल्या. शेती संपली. घरदार उद्ध्वस्त झालं. बापाच्या खांद्यावरची कुदळ आयुष्यभर सुटली नाही. तो शेतातल्या जनावरासारखा राबतच राहिला. शेवटी पोरगा निवडून येणार, या आशेवर बाप मरून गेला. बायकापोरं देशोधडीला लागली. बरोबरीचे वर्गमित्र कुठल्या कुठं गेले. कुणी आयएएस झाला, तर कुणी पोलीस संचालक झाला. आपण मात्र साहेबांचे खंदे समर्थक, विश्वासू साथीदार, निष्ठावंत कार्यकर्ताच राहिलो. 'घरात नाही ज्वारीचा दाणा आणि पुढारी उताणा,' अशी आपली अवस्था. उद्या पोरांनी विचारलं, तर बापाचं कर्तव्य काय सांगायचं? कॉलेज केलं असतं, तर आज क्लास वन ऑफिसर झालो असतो; पण त्यावेळी आपण प्राचार्यांचं ऐकलं नाही. आई-बापाचं ऐकलं नाही. राजकारणाच्या नशेत पळतच राहिलो. आता दात काढून टाकलेल्या नागासारखी अवस्था झालीय. एकेकाळी निखारा होतो, पण त्याचा कोळसा कधी झाला हे कळलंच नाही.' विचार करून करून सत्तूचं डोकं गरगरायला लागलं.

रात्री उशिरा सत्तू घरी आला. त्या रात्री त्याला झोप अशी लागलीच नाही. रात्रभर नुसती तळमळ तळमळ. या कुशीवरून त्या कुशीवर. पहाटं कधीतरी त्याचा डोळा लागला.

सकाळी उशिरा जाग आली, ती धाकल्या साहेबांच्या हाकेनं. सत्तूला भेटण्यासाठी धाकले साहेब आले होते. सत्तू जागा होऊन आळसातच बाहेर आला. धाकल्या साहेबांनी सत्तूचे पाय धरले आणि म्हणाले, "तुमच्यासारखे कार्यकर्ते आहेत, म्हणूनच राजकारणात आमच्या घराण्याचं नाव आहे. आमदार साहेब तुम्हाला लय नावाजत होते. तुमचा वट आणि ताकद, तुमची मैदानातली धडाडती तोफ, अफाट वक्तृत्व, संघटन कौशल्य, संयमी संघर्ष, साहेबांच्या वरची निष्ठा, आमच्या घराण्यावरचं तुमचं प्रेम, साहेब बरंच काही सांगत होते. आता आमचं निवडून येणं तुमच्याच हातात आहे."

असं म्हणत धाकल्या साहेबांनी पुन्हा एकदा सत्तूचे पाय धरले. सत्तूनं त्यांना उठवलं आणि आलिंगन दिलं. धाकल्या साहेबांना आश्वासन देत सत्तू म्हणाला, "निवडून येण्याची काळजी करू नका. आम्ही आहोत तुमच्या पाठीशी."

धाकल्या साहेबांच्या प्रचारासाठी सत्तू नावाचा कार्यकर्ता कामाला लागला.

गावपांढरीचं वास्तव

रंगाबापूंची जीप माळावर दिसली की, पारावरचा पत्त्यांचा डाव झटकन मोडायचा. पोरं आपापल्या घराकडं धूम पळायची. गावात बापू आलेत ही बातमी साऱ्या गावभर पसरायची. बापूंचा दराराच होता तसा. गावात पत्त्यांचा डाव दिसला, की बापू त्यांना ठोकून काढत. दारू पिलेला कुणी दिसला, की त्याची पण गय नसायची. बापू गावात असले, की उनाडक्या करणारी पोरंही गायब होत. घरात जाऊन चिडीचूप बसत. घरातून बाहेर येण्याची हिंमत करत नसत.

पांढरी टोपी, नीळ दिलेला पांढराशुभ्र सदरा, गळ्यात रंगीत मफलर आणि उन्हाळ्या-पावसाळ्यात हातात कायम छत्री. असा बापूंचा पेहराव असे. रंगानं सावळे, पण नाक तरतरीत होतं. उंची बेताची, पण शरीरयष्टी कमावलेली होती. त्यामुळं बापूंचं शरीर दांडगट दिसायचं. पूर्वीच्या काळी त्यांनी कुस्त्याही खेळल्या होत्या, असं काही जण सांगतात.

गावात कुणाची भांडणं लागली, बापूंकडं जावा. शेताची मोजणी करायचीय, बापूंकडं जावा. लग्न ठरवायचंय, बापूंकडं जावा. भावकीत वाद झाला, बापूंनी सोडवावा. गावातल्या पोरीबाळींना कुठल्या जावायानं त्रास दिला, बापूंकडं जावा. उरसाच्या कुस्त्यांचा फड बापूंनीच ठरवावा, असे हे बापू. कुणाला बरं वाटो, वाईट वाटो, बापू नेहमी खऱ्याची बाजू घेत असत. कोणत्याही तंट्यात दोन्ही बाजू ऐकून घेत. ज्याचं चुकलंय, त्याला तिथंच चार माणसांत बोलत असत. त्यामुळंच बापूंचा गावात आणि शिवारात दरारा होता. काही वेळा शेजारगावचा तंटाही बापूंकडं यायचा. मग बापू दोन्ही बाजूच्या कर्त्या माणसांना बोलावून घेत. दोन्ही बाजूचं ऐकून घेत आणि मगच निर्णय देत.

बापू कधी निवडणुकीला उभे राहिले नाहीत; पण गावचा सगळा कारभार तेच पाहत होते. निवडून येणारी बॉडी त्यांचीच असायची. त्यांच्या शब्दावरच ग्रामपंचायत

चालायची. गावातला कोणताही मोठा निर्णय बापूंशिवाय होत नव्हता.

गावात बापूंची भरपूर शेतीवाडी होती, परंतु सर्व शेती पाण्याविना पडीक होती.

गावाला पाणी असं नव्हतं. गावात पाण्याचा तुटवडा होता. गावाला नदी नव्हती. तलाव नव्हता. एखादा मोठा ओढाही नव्हता. बापूंनी दोन विहिरी पाडल्या, बोअर पाडले; पण उपयोग झाला नाही. शेजारी दोन-तीन किलोमीटरवर नदी होती; पण तीसुद्धा बारमाही नव्हती. तरीही बापूंनी नदीवरून पाण्याची स्कीम करून पाहिली. पाण्यासाठी खूप प्रयत्न केले, पण त्यांची शेती काही बागायत होऊ शकली नाही. मग पाण्याच्या चांगल्या ठिकाणी शेती घेण्याचा बापूंचा विचार सुरू झाला.

बापूंनी पंढरपूरला शेती करायला घेतली.

बापू पंढरपूरला शेतीसाठी जाऊ लागले. चार दिवस गावी, चार दिवस पंढरपूर असं त्यांचं काम चाले. पंढरपूरला त्यांनी द्राक्षबाग केली होती. कोरडं हवामान आणि मुरमाड जमीन त्यामुळं पीक चांगलं येत होतं. तिथं बेदाणाही तयार होत होता. बापूंनी बऱ्यापैकी लक्ष तिथंच दिलं होतं. गावापासून पंढरपूर दीडशे किलोमीटर होतं. बापूंना शेतीसाठी वारंवार पंढरपूरला जावं लागायचं, म्हणून त्यांनी महिंद्रा जीप घेतली होती. शेताकडं जाणं असेल किंवा शेतातल्या मालाची ने-आण करणं असेल, असा दुहेरी विचार करून बापूंनी जीप घेतली होती.

गावात एकच महिंद्रा जीप होती, ती म्हणजे बापूंची. ही जीप आंदू ड्रायव्हर चालवायचा. आंदू हा बापूंचा भाचा. त्यालाही कुठं नोकरी मिळत नव्हती. मग तो बापूंची जीप चालवू लागला. आंदूला घेऊन बापू राज्यभर फिरले असतील. त्यामुळं त्याला रस्ता न रस्ता माहीत होता. एकदा एका रस्त्यानं गेलं, की नंतर त्याला सांगावं लागत नसे.

बापूंना एकुलता एक मुलगा तानाजी. तो बायकोसोबत पुण्याला राहात होता. त्याचा चुनाभट्टीचा कारखाना होता. तो गावी फारसा येत नसे. कधी आला, तर पाहुण्यासारखं दोन दिवस यायचा. नंतर लगेच शहराकडे जायचा.

बापूंना मात्र नेहमी वाटायचं की, 'मुलानं गावी यावं. गावात काहीतरी सुधारणा करावी. गरिबांना मदत करावी. आपण जशी समाजसेवा करतोय, तशी मुलानंही करावी. त्यानेही अडल्यानडल्याच्या गरजेला पडावं. आपण समाजासाठी उपयोगी पडणार नसू, तर काय उपयोग ह्या आयुष्याचा?'

पण मुलगा शहरी झाला. गाव पांढरी त्याला नको झाली. त्याच्या बायकोला खेड्यात करमत नसे. शेरडं, गुरं, म्हसरं, शेणा-मुताचा वास, उकिरडा आणि शेतातली कामं तिला पटत नसत.

बापूंचा गावात चौसोपी वाडा होता. खूप मोठा पसारा. त्यातल्या पाच-सहा खोल्या तर वर्षातूनही उघडता येत नव्हत्या. दुसऱ्या मजल्यावर पण दिवाणखाना होता. गावात इतकं मोठं घर कुणाचंच नव्हतं. एवढ्या मोठ्या घरात दोनच माणसं राहत होती. बापू

आणि आंबूमाय.

अलीकडं बापू थकले होते. आंबूमाय त्यांची सेवा करायची. दुपारच्या पारी कुणीतरी एखादी तक्रार घेऊन यायचा. बापू खोकत खोकत काहीतरी सांगायचे. आलेली माणसं समाधानानं घरी जायची; पण तरीही दिवसभर दोघंच घरी असायची.

बापूला वाटायचं, मुलानं आता गावी यावं. इथला सगळा प्रपंच पाहावा. इथं काय कमी आहे? बापूंनी सर्व काही करून ठेवलंय, पण तो गावी यायचं नावच घेत नव्हता.

बापूंचा मुलगा कधीतरी वर्षासहामहिन्यांतून घरी यायचा, पण त्याचं आणि भावकीतल्या लोकांचं देणंघेणं नसायचं. बापूंचा मुलगा म्हणून गावाला त्याचं कौतुक होतं. सारा गाव त्याच्याकडं आदरानं बघायचा; परंतु त्याला त्याचं काहीच वाटायचं नाही. बापूंची मात्र पूर्ण हयात गावाची सेवा करण्यात गेली. त्यांचा मुलगा मात्र गावापासून तुटला. गावातल्या पांढरीशी त्याची नाळ जुळली नाही. शहरात राहिल्यामुळं मुलगा कोरडा झालेला.

एकदा तानाजी पोराबाळांसहित गावी सुट्टीवर आला होता. घराचं गोकुळ झालेलं. एरवी बापू आणि आंबूमाय दोघंच असायचे, पण आता नातवंडं आल्यामुळं घर भरलं होतं. चौसोपी वाड्याला जिवंतपणा आला होता. मुलं खेळत होती.

उन्हाळ्याचे दिवस होते. दुपारची वेळ होती. बाहेर टळटळीत ऊन होतं. भयंकर उकाडा जाणवत होता. झाडाखाली, कट्ट्यावर गार सावली पाहून माणसं पडली होती. कुणी नुसत्या बनियनवर, तर कुणी उघडं होऊन जागोजागी बसलं होतं. घराघरांत माणसं विश्रांती घेत होती.

बापूच्या वाड्यातही थोराड माणसं विश्रांती घेत होती. तानाजीनंही अंग टाकलं होतं. त्याचा नुकताच डोळा लागला होता. इतक्यात शेजारच्या पोराचा क्रिकेट बॉल त्याच्या दारावर आदळला. तानाजीची झोपमोड झाली. तो बाहेर आला. तानाजीनं त्या पोराची आई-बहीण काढली. त्या लहान मुलांच्या मागं लागला. त्यांना शिव्या देऊ लागला.

बापूंना ते आवडलं नाही. ते स्वत:शीच म्हणाले, 'किती केलं, तरी लहान मुलं आहेत ती. दारात नुसता बॉल तर पडलाय नव्हं, मग बॉंब पडल्यासारखं इतकं आकांडतांडव का करतोय?' पण तानाजी पडला शहरवासी. शेजारधर्म त्याला कसा कळणार? एकमेकांच्या उपयोगाला येणं त्याला कसं समजणार? शहरी फ्लॅट संस्कृतीत वाढलेला गडी. शेजारी मयत झालेले यांना दुसऱ्या दिवशी पेपरमधून समजणार, अशी ही राहणी. मग खेड्यातलं राहणीमान त्यांना कसं रुचणार?

त्या दिवशी बापूंनी तानाजीला बोलावलं आणि म्हणाले, "मुलं ती मुलंच आहेत तानाजी. शेजारची काय आणि आपली काय? सगळी मुलं सारखीच. शेजारधर्म पाळायला शिका. शहरात राहून, नुसता पैसा मिळवून, आपल्यापुरतं जगून काय उपयोग?

चार काटक्या गोळा करून चिमण्या-कावळं पण प्रपंच करत्यात. आपण माणसं आहोत. समाजासाठी, गावासाठी काहीतरी करायला शिका. जग नुसत्या पैशांवर चालत नाही. ते लौकिकावर चालतं. लौकिक मिळवायला शिका."

तानाजीनं खाली मान घालून सर्व काही ऐकलं आणि काहीही न बोलता तो निघून गेला.

तानाजी बापूंचं नुसतं ऐकायचा आणि जिथल्या तिथं लगेच सोडून द्यायचा. घरातला मुलगा ऐकत नव्हता, पण बापूंचा गावातला दरारा तसाच कायम होता. गावासाठी झटणंही चालूच होतं.

या वयातही बापू तंटाबखेडा मिटवत होते. लोकांच्या गरजेला धावत होते. गरिबाला आधार देत होते. अन्यायाविरुद्ध उभा राहत होते. दिवस उगवला, की बापूंच्या घरापुढं चपलांचा ढीग लागायचा. बापूंच्या दिवाणखान्यात गर्दीच गर्दी व्हायची. गावच्या विकासाची कामं, गावातली तंट्याची कामं, गावची यात्रा जवळ आली की त्याची तयारी, बैठकांवर बैठका व्हायच्या. पण बापू थकायचे नाहीत. बापूंची नातवंडं आता लग्नाला आली होती, तरी बापूंचा उत्साह कमी झाला नव्हता.

गेल्या वर्षी बापूंच्या नातवाचं लग्न ठरलं. यावर्षी लग्न करायचं होतं. तानाजी पुण्याहून गावी आलेला. लग्नासाठी महिनाभर सुट्टी काढलेली. गावात तो प्रत्येकाला लग्नासाठी निमंत्रण द्यायचा. नम्रतेनं वागायचा. भावकीतल्या लोकांशी तो जवळीक करायचा.

मुलाच्या लग्नावेळी तानाजीला जवळच्या माणसांची किंमत समजू लागली. भावकीची ताकद समजू लागली. आपण कुणाच्या तरी उपयोगाला पडलो पाहिजे, याची जाणीव झाली. लग्न करणं सोपं नाही. त्यासाठी झटणारी चार माणसं का होईना असावी लागतात, याची तानाजीला जाणीव झाली. तेव्हापासून तो जास्तच अदबीनं वागू लागला.

लग्न दोन दिवसांवर आल्यानं लगीनघाई सुरू झाली होती. दारात करंजाडाचा मांडव घातला होता. त्यापुढं कापडी मांडव टाकला होता. शेजारी पांडा तात्याचं घर जानवस म्हणून दिलं. जानवस घरापुढं रांगोळी काढली. आदल्या दिवशी पान-सुपारी झाली. वाढपी मंडळी, पाणकी मंडळींची नेमणूक केली. भावकीतल्या प्रत्येक तरुण कार्यकर्त्याला काम नेमून दिलं. पान-सुपारीला गावातली झाडून सगळी माणसं आली. सगळा गाव एकत्र आला. बापूंच्या नातवाचं लग्न म्हणजे घरचं लग्न. बापूंच्या घरचा कार्यक्रम म्हणजे आपला स्वतःचा कार्यक्रम. बापूंचा लौकिकच तेवढा होता. त्यांनी सगळं आयुष्य गावाची सेवा करण्यात घालवलं होतं. कुठंही दुजाभाव केला नाही. बापू गावाला कायम आधार देत होते. गावातल्या प्रत्येकाचं आग्रहाचं ठिकाण बापूच होते. गरीब बाया, बापडे गावकीच्या राजकारणात निर्धास्त होते. कारण बापू असताना कुणावर अन्याय होणं शक्यच नव्हतं, म्हणूनच लग्नकार्याला गर्दी होती.

पण तानाजीची अवस्था मात्र गाडी खालून चाललेल्या कुत्र्यागत झाली होती. कुत्र्याला वाटतं आपणच गाडी ओढतोय, म्हणून गाडी चालली आहे. तानाजीला वाटत होतं की, 'आम्ही शहरात राहतो, त्याविषयी लोकांना आदर आहे आणि म्हणूनच एवढी लोकं आली आहेत.'

तानाजीच्या बायकोला तर खूपच गर्व होता. तिलाही वाटत होतं की, 'आम्ही बोलावलं म्हणून इतकी गर्दी झाली. आम्ही कधीतरी गावी येतो, पण आम्हाला मान आहे. हे सगळं आमचंच कर्तृत्व आहे.' पण खरं तर हा तिचा गैरसमज होता.

बाहेर गर्दी जमलेली. पान-सुपारीचा कार्यक्रम चालू होता, पण कार्यक्रमाला बापू नव्हते. बापूंनी अंथरूण धरलं होतं. बापू बरेच दिवस आजारी होते. तालुक्याच्या डॉक्टरला दाखवलं, जिल्ह्याच्या ठिकाणी दाखवलं, पण फरक पडला नाही. नेमका कोणता आजार होता, हेच समजत नव्हतं.

आजाराचं निदान करण्यासाठी त्यांना पुण्याला न्यावं लागणार होतं; परंतु 'कोण घेऊन जाणार?' हा प्रश्न होता. मुलं आपापल्या संसारात गुंग झाली होती. तानाजीला सांगितलं होतं, पण 'मुलाचं लग्न झाल्यावर पाहू या,' असं म्हणून त्यानं वेळ टाळून नेली.

संभाजी तर गावीच येत नव्हता. म्हणून आंबूमायनं मनात ठरवलं होतं की, 'एवढं लग्न पार पडू दे. नंतर आपणच आंदू ड्रायव्हरला घेऊन लांबच्या डॉक्टरकडं जाऊ या.'

पान-सुपारीच्या वेळेला लोकांच्यात कुजबुज सुरू झाली. कार्यक्रमांमध्ये बापू कुठं दिसत नव्हते. आंबूमाय पण कुठं नजरेला पडत नव्हती. ही दोघं नेमकी गेली कुठं? काही जण तानाजीला प्रश्न विचारत होते की, 'बापू कुठं आहेत? बापू आज पंढरपूरला गेलेत की काय? ते परत कधी येणारेत?' पण तानाजी काही सांगत नव्हता.

बापू कार्यक्रमात नाहीत, ही बातमी हा हा म्हणता गावभर पसरायला लागली. तशातच कार्यक्रमाला आलेले लोकंही आपापल्या घरी परत जाऊ लागले. मग तानाजीनं गावातल्या काही कर्त्या लोकांना बोलवून घेतलं आणि आंबूमायची भेट घडवून दिली. आंबूमाय त्यांना समजावून सांगताना म्हणाली,

"बापू थोडं आजारी आहेत. त्यांची प्रकृती बरी नाही. त्यामुळं ते माळवदीवर झोपलेले आहेत. तुम्ही काहीही चिंता करू नका. पान-सुपारीचा कार्यक्रम आनंदानं पार पाडा. काळजीचं काहीही कारण नाही."

आंबूमायनं असं सांगितल्यानंतर त्या कर्त्या माणसांना धीर आला आणि त्यांनी गावकऱ्यांना समजावून सांगितलं. स्पीकरवरून गावाला पुकारा करण्यात आला, की 'बापूंची प्रकृती थोडी खालावली आहे; परंतु काळजी करण्याचं कारण नाही. कार्यक्रमाला बापू नाहीत, असा कुणीही गैरसमज करून घेऊ नये.'

बापू वाड्याच्या वरच्या माळवदीत अंथरूणावर पडलेले. शेजारी आंबूमाय बसलेली. नातवाच्या लग्नाचं तिला कौतुक होतं. आनंद होता. आपणही मळवट भरावा. नातवाच्या

लग्नात आज्जी म्हणून मिरवावं, असं तिला वाटत होतं; पण इलाज नव्हता. कारण बापू एका जागी पडून होते.

बापूंची तब्येत चांगली असती, तर ते एका जागेवर बसले नसते. मांडवभर इकडून तिकडं फिरत राहिले असते. हवं-नको, कमी-जास्ती पाहिलं असतं. त्यांच्याभोवती माणसांचं कोंडाळं जमलं असतं. बापूंनी प्रत्येकाला कामाला लावलं असतं. मांडवभर उत्साह ओसंडून वाहायला लागला असता; परंतु अचानकच तब्येत खालावली. आंबूमायला त्याचीच काळजी लागून राहिली होती.

लग्नाचा मुहूर्त जवळ आलेला. लगीनघाई सुरू झालेली. पै-पाहुणे येऊ लागले. लांबचे पाहुणे मुक्कामी आले. पाहुणेरावळ्यांनी घर गच्च भरलं.

आदल्या रात्री पान-सुपारीसाठी गावकरी जमले. बैठक झाली. शिरस्त्याप्रमाणं कामं नेमून दिली. वाढपी मंडळी नेमस्त झाली. पाणकी मंडळींची यादी केली. वराड भेट मंडळ नेमलं. कामाची सगळी गडबड चालू होती. रात्री जेवणं झाली. पाणकी मंडळी आणि प्रमुख कार्यकर्त्यांची पंगत जेवून उठली. आता धांदल कमी झाली. उद्या पुन्हा सुरू होईल. मांडव आता बऱ्यापैकी रिकामा दिसत होता. भावकीतली माणसं आपापल्या घरी गेली होती.

झोपण्याची वेळ झाली होती. तानाजी आणि त्याची बायको पलीकडच्या खोलीत बोलत बसले होते. मधे फक्त एक भिंत होती. त्यामुळं हळू बोललं, तरी बाहेर ऐकायला येत होतं. तानाजीची बायको स्वतःशीच बोलत होती, 'एवढं लगीन पार पडलं म्हणजे जमलं, नाहीतर दोन-तीन लाख पाण्यात जाणार.' तिचं बोलणं पण खरंच होतं. त्यामुळंच तानाजीदेखील चिंतेत होता.

'एवढी पुण्या-मुंबईवरून स्टँडर्ड माणसं येणार. त्याला आत्ताच बरी धाड भरली आजारी पडायला,' असं म्हणत तानाजीची बायको वटवट करत होती. आंबूमाय सगळं ऐकत होती. तिच्या काळजावर डागण्या पडत होत्या. मुलगा आणि सून बोलल्याचं बापूंना कळलं तर? बापूंनी हे ऐकलं तर? बापूंच्या कानावर हे सगळं गेलं तर? या विचारानंच आंबूमायच्या काळजात धस्स् झालं. बापूंनी हे ऐकलं, तर त्यांना जिवंतपणी नरकयातना होतील. आयुष्यभर जो माणूस लोकांच्या गळ्यातला ताईत झाला, त्याच्याविषयी असं बोलणं? ह्याच तानाजीसाठी बापूंनी काय काय केलं होतं, किती खस्ता खाल्ल्या. त्याच्या वागण्यानं त्याचं लग्नसुद्धा होत नव्हतं. तेव्हा बापूंची किती पळापळ झाली होती. आंबूमायला सगळं आठवत होतं.

तानाजी लग्नाच्या वयाला आला होता, त्यावेळची गोष्ट. तानाजी व्यसनी आणि बाहेरख्याली असल्याची गावात अफवा होती. तानाजीचं वागणं बरोबर बापाच्या उलटं. बापानं एवढा नावलौकिक मिळवला, पण तानाजी व्यसनाधीन झाला. बापानं मिळवून

ठेवलेल्या ऐश्वर्याला त्यानं सुरूंग लावला. तो मस्तीनं पार आंधळा झाला होता.

रामोशी वस्तीच्या पलीकडं एक दारूचा गुत्ता होता. तानाजी नेहमी तिथंच पडून असायचा. तिथं बऱ्याच जणांची घरं होती. त्या वस्तीवरच्या बायाबापड्या कधीकधी बापूच्या शेतात कामाला यायच्या. कधीकधी पंढरपूरला मजूर कमी पडले, तर इकडूनच या बायांना कामाला घेऊन जावं लागत असे. तानाजी शिक्षण घेत होता. त्याचवेळी बापूंना मदत करत होता. पण मदतीच्या नावाखाली त्याचे वेगळेच कारनामे चालू होते.

बापूंच्या कानावर या गोष्टी आल्या होत्या. आयुष्यामध्ये आभाळाएवढी संकटं बापूंनी झेलली. कित्येक वाईट प्रसंगांना तोंड दिलं. त्याचं त्यांना कधीच काही वाटलं नाही, पण स्वतःचं पोरगं वाया जात असल्याचं त्यांच्या लक्षात यायला लागल्यानंतर ते पार खचून गेले.

तानाजीला ते खूप समजावून सांगत; पण तानाजीचं वागणं, या कानानं ऐकलं आणि त्या कानानं सोडून दिलं, असंच असायचं.

बापू तानाजीला म्हणायचे, "आयुष्यात चारित्र्य आणि व्यवहार स्वच्छ असेल, तर त्या आयुष्याला अर्थ आहे. नाहीतर जनावर आणि माणूस यामध्ये फरक नाही. या वयातच या गोष्टी लक्षात घेणं आवश्यक असतं. वय निघून गेल्यावर या गोष्टी समजून उपयोग होत नसतो. वेळीच सावध हो तानाजी.. वेड्यासारखा वागू नकोस. तुझ्या हितासाठीच मी हे सांगतोय."

पण तानाजीवर शून्य परिणाम. गावातल्या गरीब आयाबहिणी त्याला कचऱ्यासमान वाटू लागल्या. या गोष्टी गावालाही समजत होत्या. मांजर डोळे झाकून दूध पिते म्हणून ते समजायचं राहत नाही. तानाजीचं वर्तन सर्व समाजाला माहीत होतं. त्यामुळे तानाजीला मुलगी द्यायला कुणीही तयार होत नव्हतं.

तानाजीला मुलगी बघण्यासाठी बापूंनी गाव ना गाव पालथा घातला. उंबरे झिजवले. लग्नाचं वय निघून चाललं, तसा तानाजी खाडकन जागा झाला. आपल्या वागण्याचा परिणाम त्याला समजू लागला.

बापूंचे भादोल्याला एक दोस्त होते. बापूंचा हा प्रसंग त्यांना माहीत झाला. त्यांनी त्यांच्या सोयऱ्यातलं एक स्थळ काढलं. बापू आणि त्यांचे दोस्त आष्ट्याला गेले. तिथं दोघांनीही विनवण्या केल्या. तानाजीची सर्व जबाबदारी आम्ही घेतो, असं सांगितलं. तेव्हा कुठं होय-नाही करत आष्ट्याच्या पाटलानं कसातरी होकार दिला. मग तानाजीचं लग्न झालं.

तोच तानाजी आज बापाबद्दल बायकोचं असलं बोलणं शांतपणे ऐकत होता. त्याच्या जिवाला काहीच कसं वाटत नव्हतं?

लग्नाचा दिवस उजाडला. पाहुण्यांची गर्दी झाली, पण आंबूमाय मात्र तीन दिवस खाली

उतरल्या नव्हत्या. त्यांना हळदी-कुंकवाला बोलवलं, तरी त्या आल्या नाहीत. फक्त तानाजीला बोलवून त्यांनी सांगितलं की, 'आता ह्यांची तब्येत बरी हाय. तुझ्या लेकाचं लगीन पार पडतंय. काहीही काळजी करू नकोस. आनंदानं लगीन करा.'

तांदूळ पडले. पंगती बसल्या. जेवण होईल, तसं गर्दी ओसरू लागली. मुलीच्या आई-बापानं निरोप घेतला. मांडव मोकळा झाला. लग्न पार पडलं.

रात्री वरात निघाली. वरातीच्या पुढं लेझीम होतं. लेझीम संपलं, की मोरांगी यायच्या. मोरांगी संपली, की डफलीवाले यायचे. डफलीवाले संपले, की बँडवाले यायचे. रात्रभर वरात फिरत होती.

आंबूमाय अजून वरच होत्या. गेल्या चार-पाच दिवसांत त्या माळवदीवरून खाली उतरल्या नव्हत्या. बापूंच्या शेजारीच त्या बसून होत्या. काही लागलं, तर कुणाकडून तरी मागून घेत होत्या.

दुसऱ्या दिवशी रंगपाणी होतं. अंगणात महिलांची आणि कुरवल्यांची गर्दी झाली होती. अंगणात मोठी परात ठेवली होती. परातीतल्या पाण्यात कुंकू टाकलं होतं. परातीच्या उजव्या आणि डाव्या बाजूला वधू-वरांना बसवलं होतं. परातीत दोन नाणी टाकली होती. वधू-वरांना ती शोधायला सांगितली होती, पण ती नाणी सापडत नव्हती. ज्याला सापडतील त्यानं रंगपाणी दुसऱ्याच्या अंगावर ओतावं असा खेळ सुरू होता.

रंगपाण्याचा खेळ संपला, की मुलगी माहेरी पाठवायची होती.

रंगपाणी होऊन मुलगी माहेरला पाठवली. काही जवळचे पाहुणे सोडले, तर सर्व मंडळी निघून गेली होती. दारातला मांडव काढला गेला. आचाऱ्यानं सामान आवरून नेलं. सगळं अंगणच आता उजाड वाटू लागलं. आंबूमाय अजून वरच होत्या.

सगळं जिकडंतिकडं झाल्यावर तानाजीला आपल्या बापाची आठवण आली. तानाजी आणि त्याची बायको माळवदीवर गेले. बापू कॉटवर तोंडावर पांघरूण घेऊन झोपले होते. त्यांच्याशेजारी आंबूमाय बसली होती. आंबूमायचे डोळे पार पेंगुळले होते. दोन-चार दिवस तिचं खूप जागरण झालं होतं. तिच्या चेहऱ्यावरच्या सुरकुत्या जास्तच आवळल्या होत्या. डोळेही सुकून गेले होते. पानझडीमध्ये वटलेलं झाड दिसतं, तशी आंबूमाय दिसत होती.

"तब्येत कशी आहे?" तानाजीच्या बायकोनं विचारलं.

आंबूमाय निर्विकार चेहरा करून बसलेली. तिच्या प्रश्नाला आंबूमायनं काहीच उत्तर दिलं नाही.

तानाजीनंही विचारलं की, "औषध वगैरे दिलंस का?"

तरीही आंबूमाय काहीच बोलत नव्हती. तानाजीनं पुन्हा विचारलं, "चांगल्या दवाखान्यात नेऊ या का? कुणाची तरी गाडी बोलवू का? इथं बसून अंगावर काढून

कसं चाललं?"

आंबूमायचं एक नाही, दोन नाही. ती नुसती ऐकत राहिली.

तानाजी पुन्हा बोलू लागला, "काहीतरी बोल. आपल्याला निर्णय घ्यावा लागंल. एक-दोन दिवसांत आम्ही पुण्याला जाणार. नंतर तुला एकटीलाच सगळं करावं लागंल." तरीही आंबूमाय काहीच बोलत नव्हती.

मग मात्र तानाजी चिडला आणि खूपच आवाज वाढवून बोलू लागला, "आमचं आम्हाला खूप टेंशन आहे. तू बोलणार नसलीस, तर आम्ही निघून जातो."

तानाजीनं फारच आवाज चढवल्यावर माय बोलू लागली, "तू मांडवाची मेड रोवली, त्यावेळीच बापू गेले होते; पण तुमच्या लग्नाला गालबोट नको, म्हणून मी काहीही बोलले नाही. त्यांनी आयुष्यात कधी बट्टा लावून घेतला नाही. गावात कुणाचंही लग्न असतं, तर अख्ख्या गावानं लगीन पुढं ढकललं असतं. अगोदर बापूंना दवाखान्यात नेलं असतं. त्यांची तब्येत बरी झाल्यावर लग्न केलं असतं, पण तुमची पुण्या-मुंबईची मोठी माणसं येणार होती. तुमचं दोन-तीन लाखाचं नुकसान झालं असतं ना?"

मायला हुंदका आवरला नाही आणि तिनं बोलता बोलताच हंबरडा फोडला!

तानाजी आणि त्याची बायको ऐकतच राहिले. त्यांचे डोळे विस्फारले. कुणीतरी खाडकन् मुस्काडीत द्यावी, तसा त्यांचा चेहरा झाला. निर्लज्जपणे तिथं थांबण्याशिवाय ते काहीच करू शकत नव्हते.

रंगाबापू गेले. गावच ओसाड पडला. मोठी माणसंसुद्धा हुंदके देऊन रडू लागली. बायामाणसांच्या डोळ्याला धारा लागल्या. साऱ्या गावावर शोककळा पसरली.

रंगाबापूच्या मातीला सारा तालुका लोटलेला. स्मशानात उभं राहायला जागा नव्हती. बघंल तिकडं माणूस. आमदार, खासदारांपासून सर्व नेतेमंडळी आली होती. राजकारण, समाजकारण, क्रीडा, साहित्य या सर्व क्षेत्रातली माणसं झाडून आली होती. बापूंनी आयुष्यात काय मिळवलं? हे कुणी सांगण्याची आवश्यकता नव्हती. कारण तिथं जमलेली गर्दीच सर्व काही सांगून जात होती.

गर्दी बघून आंदू ड्रायव्हर मनातल्या मनात म्हणाला, 'समाजात बापू नेहमीच जिंकले, पण घरात मात्र बापूंना हार खावी लागली.'

सेवाभाव

चार वाजले, की अंबुनानीची धांदल सुरू व्हायची. मग लगबगीनं म्हशी बांधायच्या. त्यांना गंजीची पेंडी तोडून वैरण टाकायची. घोटभर 'च्या' करून प्यायचा. घराला कुलूप घालायचं की लगीच गावाकडं चालत सुटायचं.

कुणाच्या म्हणून घराकडं जायचं? सकाळपासून दहा-बारा जणींनी बोलवलेलं. कुणाच्या पोटात मुरडा येतोय, तर कुणाच्या बाळाला मुडदूस झालाय, कुणाचं बारसं, तर कुणाचं नाव ठेवायचंय, कुणाची विहिरीत परडी सोडायची, तर कधी गावात पारायण असायचं. अशी नुसती गडबड असायची आणि रोज असंच चालायचं.

आज तर सकाळी सकाळी भिकूनानाचा पोरगा आला होता. भिकूनानाच्या पोटात लय दुखत होतं. त्याची वाट सरली होती. घरात तो लोळत पडला होता. त्यासाठी तो तातडीनं अंबुनानीला बोलवायला आला होता.

अंबुनानीनं सकाळची कामं आवरली. म्हशीचं शेण काढलं. त्यांना वैरण टाकली. घरातला पसारा आवरला. दरवाजाला कुलूप घालून ती बाहेर पडणार इतक्यात मामाबुवाचा आंदा आला. त्याला विंचू चावला होता. डाव्या पायाला मुंग्या येत होत्या. डोळं गरगरत होतं. पाय जागेवरून उचलत नव्हता. पायाचा भाग काळा पडला होता. विंचू उतरवण्यासाठी तो अंबुनानीकडं आला होता.

अंबुनानीनं त्याला अंगणातल्या बाजल्यावर झोपायला सांगितलं. ती तरातरा घरामागं गेली. शेतात फिरली. येताना हातात कुठल्या तरी वनस्पतीचा हिरवा पाला घेऊन आली आणि तो हातावर चोळला. दोन्ही हाताची बारीक पिळवणारी मूठ करून तिनं हिरवा रस काढला.

आंदासोबत नामा आला होता. तिनं नामाला सांगितलं, की त्याला एका अंगावर झोपव. मग अंबुनानीनं त्याच्या कानात थेंब थेंब रस ओतला. आंदा डोळे झाकून तसाच पडून राहिला.

थोड्या वेळानं तो उठला. आता मुंग्या कमी झाल्या होत्या. पायाचा ठणकाही कमी झाला होता. त्यानं एका बाजूला मान कलवली. कानातला सगळा रस बाहेर काढला. आता त्याला थोडं शांत वाटू लागलं. तो उठला. अंबुनानीच्या पाया पडला. अंबुनानीच्या हातावर दहा रुपये टेकवले आणि घराची वाट चालू लागला.

आता अंबुनानीला भिकूनानाकडं जायचं होतं. तिनं पिशवी भरली. घराच्या दाराला कडी लावणार इतक्यात गुलाबकाका आला. त्याचा पाय मुरगळला होता. तीन-चार दिवस तो आबदतच चालत होता. लंगडत चालल्यानं त्याच्या जांघेत आवदान उठलं होतं.

तो आला, तसा बाहेरच्या बाजल्यावर पडला आणि अंबुनानीला म्हणाला, “नाने, चार दिवसांपूर्वी पाय मुरगळलाय. मी तसाच लंगडत चाललो. तुझ्याकडे आज यायचं, उद्या यायचं म्हणत आता आलोय. काहीतरी कर आणि माझा पाय तेवढा सरळ कर.”

अंबुनानीनं त्याच्या पायाकडं पाहिलं. पाय बराच सुमारला होता. हवा भरलेल्या फुग्यागत झाला होता. ती घरात गेली. चोळी घेतली. लाटणं घेतलं. जवसाचं तेल घेतलं. बाहेर आली. त्याला पाय पुढं करायला सांगितला. चोळीला गाठ मारली. ती पायात अडकवली. थोडंसं दोन बोट तेल लावलं. चोळीमध्ये लाटणं अडकवलं आणि हळूहळू लाटणं गोल गोल फिरवू लागली. चोळी जशी आवळंल, तसा पायाला कड यायचा. पाय खूप दुखायचा. मग पुन्हा दुसऱ्या बाजूनं लाटणं फिरवायची. पुन्हा पायाला कळ येईपर्यंत लाटणं फिरलं जायचं. असं उजव्या बाजूला तीन वेळा आणि डाव्या बाजूला तीन वेळा. अंबुनानीनं ते लाटणं फिरवलं. हळूच पायात अडकलेली चोळी आणि लाटणं काढून घेतली आणि त्याला उभं राहायला सांगितलं. गुलाबकाका हळूच उभा राहिला. त्याला जाणवलं, की आपला पाय बऱ्यापैकी दुखायचा कमी झालाय. मग तो हळूहळू चालू लागला. थोडी चार पावलं चालून तो माघारी आला. अंबुनानीच्या पाया पडला. त्यानं वीस रुपयांची नोट अंबुनानीच्या हातावर टेकवली आणि तो आपल्या घराकडं चालता झाला.

तो गेल्याबरोबर अंबुनानी उठली. दाराला कुलूप लावलं. पिशवी डोक्यावर घेतली आणि भिकूनानाचं पोट चोळण्यासाठी ती गावाकडं निघाली.

अंबुनानी म्हणजे गावाची नानी. गावातल्या बायका अंबुनानीला अडीअडचणीला बोलवायच्या. गडीमाणसं पण बोलवायची. कुणाच्या घरात मयत झालं, अंबुनानीला बोलवा. बाळाचं बारसं करायचंय, अंबुनानीला बोलवा. अंबुनानी हसतमुखानं दिवसभर राबलेली दिसायची.

बरं हे काम करणं म्हणजे पैसा मिळवणं असंही नाही. कुणी दिले चार रुपये तरी आनंद, नाही दिले तरी आनंद. कुणी दिलं पसाभर धान्य तरी ठीक, नाही दिलं तरी ठीक.

काही मिळो अथवा न मिळो अंबुनानी काम करत राहते. 'जिथं कमी, तिथं आम्ही,' असं म्हणून धावत जाते.

काही वेळा होतं असं, की अंबुनानी अडलेल्या श्रीमंताच्या घरी जाते. तिथं काम करते. त्याला असं वाटतं, की अंबुनानी पोटासाठी राबत आहे. तिला कुठं काम मिळत नाही. बिचारी गरिबीमुळे पळते आहे. मग तो अंबुनानीला चार जादा रुपये देऊन कायमची कामावर राहण्यासाठी गळ घालायचा, पण अंबुनानी असल्या मोहाला बळी पडत नाही.

एकदा असंच झालं. हरी सावकाराच्या घरी त्याची भावजय मयत झाली. त्यांच्या घरावर दुःखाचा डोंगर कोसळला. अंबुनानीला ही बातमी समजल्यावर ती लगेच तिथं गेली. दुःख निवळायला तेरा दिवस लागतात असं म्हणतात. अंबुनानी तेरा दिवस तिथं थांबली. पाहुणेरावळे येत होते. त्यांना चहा देणं, जेवण देणं, भांडी धुणं, झाडलोट करणं, लहान मुलांना खाऊपिऊ घालणं, सगळं काम एकटी करत होती.

तेराव्या दिवशी गोडाचा कार्यक्रम होता. त्या दिवशी तर खूपच गर्दी झाली होती. हरी सावकाराची सगळी पाहुणे मंडळी आली होती. दुपारी गोडाचा कार्यक्रम झाला. मग पाहुण्यांची जेवणं झाली. दोन-तीन पंगती उठल्या. संपूर्ण कार्यक्रम व्हायला दुपारी दोन वाजले. सर्व पाहुणे जिकडंतिकडं गेल्यावर अंबुनानीपण निघाली. तिनं सर्वांचा निरोप घेतला, पण हरी सावकारांनी तिला थांबवलं. बायकोला म्हणाले, 'काल मी बाजारातून आणलेली पिशवी घेऊन ये.'

त्यांची बायको एक मोठी कापडी पिशवी घेऊन आली. मग हरी सावकारांनी अंबुनानीला लुगडं, चोळी केली. श्रीफळ दिलं. सोबत पाच हजार रुपये दिले.

अंबुनानीनं ते सर्व साहित्य स्वीकारलं. सर्वांना नमस्कार केला. आता बराच उशीर झाला होता. त्यामुळे ती घरी निघाली होती. तीन-चार पावलं टाकले असतील एवढ्यात हरी सावकार म्हणाले, "हे बघ अंबुनानी, आता उगीच घराघरात फिरू नकोस. मी आज तुला इतके पैसे दिले. नंतरही लागंल तेवढे देईन. आता माझ्याकडंच कायमची कामाला राहा."

अंबुनानीनं हे ऐकलं, तशी ताडकन माघारी फिरली. हरी सावकाराजवळ आली. पिशवीतलं श्रीफळ काढून घेतलं. ती पिशवी, त्यातले पाच हजार रुपये सगळ्या सामानासह दणकण त्याच्यासमोर टाकले आणि म्हणाली, "भीक लागली म्हणून काम करते होय रे? का पोटाला मिळत नाही म्हणून? मी काम करते, ते समाजसेवा म्हणून. तुला त्यातलं कळायला दुसरा जन्म घ्यायला पाहिजे. मानाचं आणि हक्काचं म्हणून श्रीफळ घेतलंय. बाकी साहित्य घे तुझं तुला." अंबुनानी ताड ताड निघून गेली. अशी ही अंबुनानी.

अंबुनानी म्हटलं, की गंधाचा मोठा टिळा, काठाचं लुगडं, मोरपंखी चोळी, हातभर बांगड्या, गळ्यात तुळशीची माळ, कासोटा खोचलेला आणि सतत धावतपळत असलेली...

अंबुनानीचा नवरा तरुणपणीच वारला. मूलबाळ नाही. एकटीच राहिली. पडीच्या रानात घर. घर कसलं, दोन पाकी सपारच ते. फक्त कौलारू होतं इतकंच. तिथंच दोन म्हशी बांधलेल्या. घराबाहेर कडब्याची गंजी. शेजारी जळणकाटुक टाकण्याची जागा. गावात कुठंच काही काम नसंल, तर अंबुनानी म्हशी हिंडवायला जाते. म्हशींच्या मागे फिरत फिरत दिवसभर जळण गोळा करते. कधीकधी शेणही गोळा करते. असं गोळा केलेलं शेण तिला वर्षाकाठी पाच-दहा हजार रुपये मिळवून देतं. दिवस मावळायच्या आधी म्हशी घेऊन ती घरी येते.

गावापासून फर्लांगभर अंतरावर घर. गावाशेजारी मोठा ओढा. त्याला भटकीचा ओढा म्हणतात. ओढा ओलांडला, की दोन-तीन कासरं अंतर. मग अंबुनानीचं घर. पावसाळ्यात ओढा तुडुंब भरतो. दुथडी भरून वाहतो. गढूळशार 'च्या'च्या रंगाचं पाणी. पाणी वाढलं, तर ओढ्याकडच्या रानातही शिरतं. गावात जाणं आणि गावातून बाहेर पडणं मुश्कील होऊन जातं. पाण्याला जोर असतो, पण अंबुनानी थांबत नसते. ती कासोटा खोचते. भाजीभाकरीचं गठुडं डोक्यावर घेते. पाण्यात सुळकी मारते. लांब पल्ल्यानं पोहायला लागते. ओढा पार करते.

गावात गेल्यावर गडीमाणसं चाट पडतात. त्यांना खूप आश्चर्य वाटतं. महादूनाना तर म्हणतो, 'नानी तू चुकून बाईच्या जातीला जन्माला आलीस. तू गडीच असायला पाहिजे व्हतीस.'

गावात कुणाचंही बाळंतपण असू द्या, अंबुनानी हमखास तिथं असायची. बाळ, बाळाची आई सुखरूप व्हायची. अंबुनानी बाळाची नाळ कापायची. गाडग्यात टाकायची. ते गाडगं नेऊन रानात पुरायची. माघारी येऊन बाळाला मांडीवर घ्यायची आणि त्याला लाडानं म्हणायची, 'आता तुझी नाळ मातीशी जोडली बघ, मोठा झाल्यावर तोडू नकोस.'

विंचू चावला, तर गुडघेमुडीचा पाला चोळायची. पाय मुरगळला, तर ती मुरगळा काढायची. दाढ दुखायला लागली, तर त्यामध्ये कापूर घालायची. कुणाचं शिलकलं, तर शीलक उतरायची. पोटात दुखायला लागलं, तर रेच काढायची. वाट सरली असंल, तर वाट चोळायची.

अंबुनानी अशी पुरुषी धाडसाची, भरल्या अंगाची, तलवारीच्या नाकाची, गव्हाळ रंगाची, हसऱ्या चेहऱ्याची, पुऱ्या उंचीची, सिनेमातल्या नटीसारख्या बांध्याची. पांढऱ्याशुभ्र दातांची. मुंबईला असती, तर सिनेमातच असती. कोणत्याही पुरुषाची नजर लागावी असं तिचं रूप होतं. रस्त्यानं चालताना कुणीही मागं वळून बघावं अशा

सौंदर्याची, पण वाकड्या नजरेनं बघायचं धाडस कुणी केलं नाही. समजा तसं धाडस कुणी केलं, तर त्याला सुट्टी नाही.

एकदा असंच झालं. अंबुनानी पाणी आणायला गेलेली. मळुच्या मळ्यात गर्दी होती. अखंड गावाला एकच विहीर होती. बिनपायऱ्यांची. त्या विहिरीशिवाय पिण्याचं पाणी मिळायचं नाही. विहिरीवर रहाट बसवला होता. त्याला साखळी लावली होती. घागरीनं पाणी ओढावं लागत होतं. पाणी शेंदूनच घरी न्यायचं. रोज तिथं पाण्यासाठी बारी लागायची. खांद्यावर टॉवेल टाकून गडीमाणसं पाणी न्यायला यायची. डोक्यावर चुंबळ घेऊन बायामाणसंही यायची. सकाळी शेण काढून झालं, की पुरुषमाणसांना हीच ड्युटी असायची. पाच-दहा घागरी पाणी आणल्याशिवाय घरी जेवण व्हायचं नाही. ज्यांच्या घरात बाप्ये नाहीत, तिथं बायामाणसं विहिरीवर जात. कळशी, घागर, मोठी डीचकी अशा भांड्यांतून पाणी न्यावं लागत असे.

रहाटावर घागर ओढायला बारी लागलेली असायची. नंबर येईल, तशी घागर सोडायची. घागर वर ओढताना दोन माणसांची गरज असते. ज्याची घागर आहे तो मालक आणि त्यानंतर ज्याचा नंबर असंल तो. पाणी नेण्याचा कार्यक्रम दिवस कासराभर येईपर्यंत चालायचा.

आज पाण्याला खूपच गर्दी होती. तिथं मंग्याही आला होता. मंग्या थोडा टारगटच होता. मंग्याचा बाप पूर्वी सरपंच होता. त्या काळात मंग्याच्या बापानं लय अन्याय केलेला. गावातल्या बायांच्यावर तर दहशत पसरलेली. वीस-पंचवीस एकरचा बागायती डाग. भरपूर उत्पन्न. त्यामुळे त्याला श्रीमंतीचा माज होता. मंग्याचा बाप जिवंत होता तोपर्यंत तरण्याताठ्या माहेरवाशिणी गावाकडं येत नव्हत्या. आल्या तरी कधी येत आणि कधी जात हे कळत नव्हतं. इतकी त्याच्या बापाची नजर वाईट होती. तो एका अपघातात वारला. मग गाव शांत झाला.

पण बापाचाच वारसा मंग्या चालवत होता. मंग्यानंही बापाच्या पावलावर पाऊल टाकलं होतं. गावातल्या तरण्याताठ्या पोरींमागं हा फिरायचा. त्यांची टिंगलटवाळी करायचा.

आजही आल्यापासून तो अंबुनानीकडं तिरका तिरका बघत होता. अंबुनानीला न्याहाळत होता. अंबुनानी त्याची नजर चुकवत होती. पण हा लंपटावाणी अंबुनानीकडंच एकटक पाहत होता. अंबुनानीचा नंबर आला. त्यानंतर मंग्याचा नंबर होता. रहाट ओढतानाही मंग्या अंबुनानीकडं बघत होता.

अंबुनानीनं घागर पाण्यात सोडली. ती पाण्यात भरल्यावर वर ओढू लागली. त्याचवेळी मंग्या रहाट ओढू लागला. दोन वेळा त्याचा हात पण अंबुनानीच्या हाताला लागला. त्याचा हात चुकून लागला नव्हता हे अंबुनानीला जाणवलं. घागर वर आली.

मंग्याचा नंबर आला. मंग्या वाकून घागरीला साखळी लावत होता. इतक्यात अंबुनानीनं मागून त्याच्या पेकाटात धाडकन् लाथ मारली. मंग्या खोल विहिरीत पडला. पाण्यात गटकाळ्या खाऊ लागला. वरून अंबुनानी म्हणाली, "पुन्हा माझ्या वाटंला गेलास, तर हाडं मोडेपर्यंत मारीन, नाहीतर गंजीत घालून पेटवीन." बारीला उभा राहिलेल्यांनी तोंडात बोटं घातली. अशी ही अंबुनानी.

सकाळी उठावं, पाणी भरावं, स्वयंपाक करावा, अडल्यानडल्याकडं जावं, नाहीतर शेतात दोन म्हशी घेऊन जावं असा अंबुनानीचा दिवस जायचा.

एकादशीला अंबुनानी भजनाला जायची. भजन संपायला रात्रीचे बारा वाजायचे. गावात सामसूम असायची. सगळीकडं काळाकुट्ट अंधार पसरायचा. झाडाची सळसळ झाली, तरी भीतीचा गोळा उठायचा. जागी असणारी कुत्री भुंकत राहायची. डांबावरचे दिवे एकटेच जळत असायचे. भयाण शांतता झालेली असायची. अंबुनानीचं घर देवळापासून चार-पाच फर्लांगावर होतं. तसं म्हटलं, तर खूप लांब. देवळापासून तालमीचा चौक, नंतर हरी आप्पाचा वाडा, त्यानंतर पवारांचा वाडा, नंतर कार्वे वाट, त्यानंतर ओढा आणि मग अंबुनानीचं घर; पण अंबुनानी एकटीच जायची.

मारुतीच्या देवळात रोज भजन चालायचं. तबलेकरी, टाळकरी रोजच्या रोज कामावर आल्यागत यायचे. मग पुजारी यायचा. त्या अंधाऱ्या देवळात एकच पिवळा बल्ब असायचा. पुजारी येऊन मारुतीच्या पुढं समई लावायचा. त्या समईचा आणि पिवळ्या बल्बचा प्रकाश पडण्याऐवजी अंधारच वाढायचा. देवळात ट्यूबलाईट लावावी, तर मंदिराचं उत्पन्न नव्हतं. देवळात दर्शनाला माणसं आली, तरी ओवाळणी मिळत नसे. एकादशीला मात्र देवळात गर्दी व्हायची. चार बायका भजन ऐकायला यायच्या. चार-दोन गडीमाणसंही भजनाला म्हणून येत.

मंदिरात बरेच जण झोपायला येत. त्यांची वाकाळ, उशी कायम तिथंच ठेवलेली असे. ज्यांच्या घरी झोपायला जागा नाही अशी सगळी माणसं देवळाकडं वळत. म्हाताऱ्या माणसांबरोबरच काही तरुण पोरंही झोपायला येत. शाळेतली सहावी-सातवीतली पोरंही झोपायला यायची.

उन्हाळ्याच्या दिवसांत ही पोरं दिवसभर हुंदडायची. विटी-दांडू, सूरपारंब्या खेळायची. कधीकधी सायकल शिकायची. त्यावेळी मारवाड्यानं त्याच्या दुकानात दोन-तीन नव्या कोऱ्या सायकली आणल्या होत्या. एक लाल रंगाची, एक निळ्या रंगाची, एक बिगर दांडीची अशा सायकली होत्या. तिथं एक रुपयाला एक तास ती सायकल भाड्यानं मिळायची. ती सायकल घेतली, की दोन-तीन पोरं त्या सायकलवर ओढ्यापासून दुकानापर्यंत दोन-तीन फेरे मारायची. असा दिवसभर कार्यक्रम चालू असायचा. सायकल शिकायला सगळे धडपडायचे. नव्याकोऱ्या सायकलला हात

लावायला मिळाला, तरी आनंद वाटायचा. भाड्यानं सायकल घेणं आणि शिकणं हाच ध्यास पोरांनी घेतलेला. दिवसभर पॅडल मारत बसायचं. ब्रेक दाबत बसायचं, पण सायकल शिकायची. सायंकाळी पाचच्या पुढं दुकानदार सायकल द्यायचा नाही. आता सायकल दुकान बंद झालं असं म्हणायचा. जावा घरी, आता जेवा, जावा. उद्या या.

घरी जाऊन जेवण केलं आणि अंधार पडायला लागला, की पोरं देवळाकडं वळायची.

एकदा असं झालं, रात्रीचे बारा वाजून गेले होते. नुकतंच भजन संपलं होतं. टाळकऱ्यांनी टाळ फडताळात ठेवले. पेटीवादकानं पेटीवर कापड झाकून पेटी कोपऱ्यात ढकलली. तबलावादकानं तबला झाकून ठेवला. देवळात बरेच जण झोपले होते. काही उघडेच पसरले होते; काही पेंगत होते.

बाजूला पांडा झोपला होता. त्यानं वाकाळ मुस्कटून घेतली होती. पांडाची वाकाळ म्हणजे कधीच धुतलेली नसे. थोडी झाडली, तरी मुलूखभर धुरळा उठायचा.

भजन संपल्यामुळे देवळात सामसूम झालेली. एवढ्यात पांडा वाकळतच पाय झाडू लागला. तसा वाकळेतून धुरळा उठायला लागला. धुरळ्यानं देऊळ भरलं. उन्हाळी वादळ उठल्यावर धुरळा उडतो, तसा देवळात सगळा धुरळाच धुरळा. पुढचं दिसायचं बंद झालं. कुणाला तरी वाटलं, पांडाच्या अंथरूणात किरडू शिरलं असावं. ते किरडू कडकडून चावलं असावं. झोपेत त्याला कळलंच नसावं, पण अंबुनानीनं हा प्रकार बरोबर ओळखला. तिनं जाजमाची घडी घालायची थांबवली. पळतच पांडाजवळ गेली. अंथरूणावर दोन लाथा घातल्या. मग अंथरूण ओढून काढलं. पांडाला हलवून जागं केलं.

पांडा डोळं चोळत उठून बसला. भजनकरी पांडाजवळ आले. 'काय झालं? काय चावलं का?' असं विचारू लागले. एक टाळकरी आला. त्यानं पांडाच्या तोंडावर पाणी मारलं. मग पांडा थोडा जागा झाला आणि म्हणाला, "मी सपनात सायकल शिकत होतो. पायडेल मारताना तुम्ही मला उठवलं."

सगळे जोरजोरात हसायला लागले.

दुसऱ्या दिवशी अंबुनानीनं पांडाला वस्तीवर बोलवलं. नेहमीप्रमाणं त्याला अंगणातल्या बाजल्यावर बसवलं. ती शेतात गेली. हिरव्या आणि लाल पानांची वनस्पती बचकभरून आणली. घरात जाऊन ती होनात कुटली. दोन-तीन सुपारीएवढं डिकळं केलं. ते पांडाच्या हातावर ठेवलं आणि म्हणाली, "चावून चोथा करून खा. आता दुपारपर्यंत काही खायचं नाही. नुसतं पाणी प्यायचं. यानं कुठली स्वप्नं पडत नाहीत. शांत झोप लागते."

देवळात सगळी गडीमाणसं. अंबुनानी एकटीच बायमाणूस, पण अंबुनानी घाबरायची नाही. येईल तसं भजन म्हणायची. रात्री बाराला घरी जायची.

एकदा गावात कीर्तनकार आले होते. सात दिवसांचं पारायण चालू होतं. भजन तर रोजच चालू होतं.

पारायणाच्या पहिल्या दिवशी सुरुवातीला नारळ फोडला. पारायणाच्या पुढच्या सात दिवसांचं जेवण अंबुनानीनं एकटीनं केलेलं, म्हणून तिचा सत्कार झाला. तिला दोन शब्द बोलायला सांगितलं.

अंबुनानी साधीभोळी. ती काय बोलणार असं सर्वांना वाटलं, पण अंबुनानी उभी राहिली आणि हळूहळू बोलू लागली, "कीर्तन, प्रवचन मला काय बी माहिती नाही. पण मी सर्वांना एकच सांगीन, माणसानं तोंडातल्या जिभेवर आणि लघवीच्या जागेवर ताबा ठेवला, तर तो जग जिंकंल. जगात त्याला काहीच कमी पडणार नाही." टाळ्यांचा कडकडाट झाला. कीर्तनकार आश्चर्यचकित झाले.

मुख्य कीर्तन सुरू झालं. अंबुनानीच्या बोलण्यानं कीर्तनकार अगोदरच प्रभावित झाले होते. ते म्हणाले, "अंबुनानीचं लौकिक अर्थानं कोणतंही शिक्षण नाही. मी पदवीधर झालोय. गांधीपासून बुद्धापर्यंत महामानवांचा इतिहास वाचनात आला. सिग्मंड फ्राइड वाचनात आला. मानवी समाज सुखी होण्यासाठी अनेक तत्त्ववेत्यांनी लिहिलेलं तत्त्वज्ञान वाचनात आलं, तरुणांनी काय करावं? कसं वागावं? मनावर ताबा कसा ठेवावा? त्यासाठी युवकांनी काय करावं? व्यायाम कसा आणि का करावा? वगैरे वगैरे. पण अंबुनानीनं या महामानवांचं तत्त्वज्ञान किती सोपं करून सांगितलं."

कीर्तनकार पुढे म्हणाले, "अशी अंबुनानी तुमच्या गावाला लाभली आहे. तुम्ही सर्व जण भाग्यवान आहात." पुन्हा टाळ्यांचा कडकडाट झाला.

पारायण झालं. सात दिवस अंबुनानी रात्रंदिवस राबली. आता तिनं ठरवलं होतं, थोडी विश्रांती घ्यायची. आठवडाभर गावात जायचं नाही.

ऑगस्ट महिना सुरू झाला होता. बाहेर पावसाची झड सुरू होती. शेजारच्या डोंगरावर काळेकुट्ट ढग एकत्र व्हायचे. डोंगरावर ओळीनं उभा राहिल्यागत वाटायचे. बघता बघता ढगांची फळी फुटायची. सुपानं पाऊस ओतायची. बोराएवढी टिपं पडायची. हाताच्या अंगठ्याएवढ्या पावसाच्या धारा लागायच्या. चार-पाच दिवस झाले, तरी पाऊस काही केल्या थांबत नव्हता. ओढ्याला पूर आला होता.

पारायण करून अंबुनानी थकली होती. म्हणून तीही गावाकडे गेली नव्हती.

एके दिवशी भगवान प्लास्टिकच्या निळ्या पोत्याची खॉळ पांघरूण पावसात भिजत भिजत आला. भगवान पलीकडच्या वस्तीवर राहत होता. चार-दोन दिवसाला तो अंबुनानीकडं बसायला येत असे. आजही तो सहजच बसायला आला होता. त्याच्या हातात वर्तमानपत्र होतं. बाहेर भुरंगाट होतं, म्हणून अंबुनानीनं त्याला आत बोलावलं. तो आत येऊन बसला आणि बोलू लागला, "अंबुनानी आमचा एक पावना लय

आजारी पडलाय. तिकडं कृष्णा नदीला महापूर आलाय. त्याचं घरदार त्यामध्ये गेलंय. जनावरंपण गेलीत".

त्यानं अंबुनानीला महापुराची बातमी वाचून दाखवली. नदीकाठची गावंच्या गावं देशोधडीला लागलेली. जनावरं, जित्राबं पाण्यात वाहून गेलेली. मदतीला सरकारची माणसं आली होती, पण मदतीपेक्षा ती फोटो काढून जात होती.

अंबुनानीनं विचारलं, "तुझा पाहुणा कंच्या गावचा?"

भगवान म्हणाला, "तो दूर तिकडं अंकलखोपच्या पलीकडं एका वस्तीवर राहतो. ती सगळी वस्तीच आजारी पडलेली आहे."

अंबुनानीनं मनातल्या मनात ठरवलं. आता आपला इथला मुक्काम संपला. महापुरात अडकलेल्या लोकांना मदत करायला हवी. दोन दिवस अंबुनानी कुणाला काही बोलली नाही, पण तरीही गावात हा हा म्हणता बातमी पसरली. अंबुनानी आता कायमची गाव सोडणार आहे. ती बऱ्याच वर्षांसाठी महापुरातल्या गावांना मदत करण्यासाठी जाणार आहे. परत येईल याची खात्री नाही. तिनं तिची जनावरं शेजारच्या रामाला देऊन टाकली आहेत.

ही बातमी सरपंचांच्या कानावर गेली. त्यांनी ग्रामसभा बोलवली. सर्व गावकऱ्यांना एकत्र बोलवलं. गावातल्या महिलाही एकत्र आल्या. अंबुनानीच्या घराकडं आता सारा गाव जाणार होता. अंबुनानीला इथंच राहण्याची गळ घालणार होता.

दुसऱ्या दिवशी गावातील पुरुषमाणसं आणि बायकामाणसं एकत्र जमली. सर्व जण अंबुनानीच्या वस्तीकडं निघाली. गावापासून ओढ्यापर्यंत माणसांची रांग लागली होती. बघंल तिकडं माणसंच माणसं. गावकरी अंबुनानीला गावातून बाहेर जाण्यापासून परावृत्त करणार होते.

आता सकाळचे अकरा वाजले होते. ऊन आणि पाऊस यांचा खेळ सुरूच होता. मधूनच पावसाची सर यायची. लगेच उन्हाची तिरीप यायची.

एक-एक करत सर्व गावकरी अंबुनानीच्या घराशेजारी जमा झाले. तिथला शिवार माणसांनी फुलून गेला. काही कार्यकर्त्यांनी अंबुनानीचा शोध सुरू केला. बघतात तर अंबुनानीनं घराला कडी घातली होती. जनावरं बाहेर चरत होती. अंबुनानी मात्र कुठं दिसत नव्हती. सगळीकडं शोधाशोध सुरू झाली. एवढ्यात शेजारचा रामा आला. तो म्हणाला, "अंबुनानी रात्रीच एक गठुळं घेऊन कुठंतरी गेली आहे. मलापण काही सांगितलं नाही."

अंबुनानी अशीच आहे. ती कुणाचं ऐकत नाही. सेवा करणं हा तिचा स्थायीभाव आहे. ती कुठल्याच नात्यात गुंतत नाही. कारण अंबुनानी ही अंबुनानीच आहे. गावासाठी झटणारी, गावाच्या पोरांची नाळ मातीशी जोडणारी, जगातल्या दुःखांवर इलाज म्हणून

'जिभेवर आणि लघवीच्या जागेवर ताबा ठेवावा,' असं सांगणारी अंबुनानी निघून गेली. सारा गाव पोरका झाला.

दुःखी अंतःकरणानं गावकरी परत फिरले. त्या दिवशी गावात कुणीही चूल पेटवली नाही!

चढउतार

दरवर्षी गावच्या यात्रेला सगळे सोन्याचांदीवाले दुकानदार गावाकडं येतात. तोच त्यांचा विरंगुळा असतो. नाहीतर गावाकडं येणं होत नाही. वर्षभर परमुलखातच राहावं लागतं. परमुलखात म्हणजे पंजाब, युपी, मध्यप्रदेश, आंध्रप्रदेश, तामिळनाडू, केरळ या राज्यात. महाराष्ट्रातून परराज्यात पोटासाठी गेलेली ही मंडळी.

परराज्यात जाणं म्हणजे नयनरम्य ठिकाणी, सुंदर निसर्गाच्या ठिकाणी फिरायला जाणं नव्हे. तिथं त्यांना दिवसभर उभा राहून काम करावं लागतं. तेही रसरसणाऱ्या भट्टीसमोर. जिथं भट्टी लावली आहे त्या घरातच. दिवसभर कोंडलेल्या कोंबड्यासारखं. फार तर रविवारी कुठं बाहेर गेलं गेलं, नाही तर तिथंच.

सोनंचांदी दुकानदार म्हटलं, की आपल्याला श्रीमंती दिसते. सोन्याच्या राशीत काम करणारा शेठ नजरेसमोर दिसतो. मग पैशाला काय कमी आहे? इकडं सोनं बघायला मिळत नाही. एक-दोन मण्याचं डोरलं किंवा हातात एखाद-दुसरी अंगठी. बस्, पण तिकडं रोज किलो-किलो मोडलं जातं आणि गाळलं जातं.

पण हे सगळं 'दुरून डोंगर साजरे' त्याप्रमाणे दुरूनच चांगलं दिसतं. प्रत्यक्षात तिथं लव्हाराच्या भट्टीपुढं काम करावं, तसं करावं लागतं. दिवसभर भट्टीपुढं लालभडक कोळसा हलवत राहायचं. सोनं पकवायचं. कंब्या पाडायच्या. चांदी काढायची. त्या निमुळत्या खोलीत, ॲसिडच्या धुरात कितीतरी वेळ घालवायचा. हे रोजचं जगणं. कालांतरानं छातीचा आजार होण्याची शक्यता. अशी ही दुकानदारी.

तरी दुकानदार म्हटलं, की रुबाब असतोच. शिवाय गावाकडं आपल्या माणसांना नाही दाखवायचा, तर मग कुणाला दाखवायचा? गावाकडच्या माणसांनी कौतुक केलं, की खूप बरं वाटतं. मग जत्रेला किंवा अधेमधे कार्यक्रमाला गावाकडं यावं लागतं. शहाजीशेठही असाच पंजाबहून गावी यायचा.

शहाजीशेठचं पंजाबला दुकान होतं. दुकान चांगलं चालत होतं. शहाजीशेठ खूप पैसे

मिळवत होता. कष्टही करत होता.

शहाजीशेठच्या हाताची बोटं काळी झालेली. तीन बोटांत सोन्याच्या मोठ्या अंगठ्या. गळ्यात मोठी चेन. नवीन चप्पल. नवीन पांढरेशुभ्र कपडे. कपड्याला अत्तराचा वास. रॅडोचं घड्याळ. हातात सोन्याचं कडं. बसायला लाल बुलेट... आणि सोन्यानं मढवलेली गोरीपान बायको.

शहाजीशेठ गावाकडं आला की, एक-दोन महिने थांबायचा. महाराष्ट्रातील सर्व दुकानदारांची हीच पद्धत असते. त्या दोन महिन्यांत पै-पाहुणे करायचे, देव देव करायचा, जत्रायात्रा उरकून घ्यायच्या, शेताकडं फिरून यायचं, नवीन काही खरेदी वगैरे बघायची, पार्ट्या करायच्या, कुणाचे लग्न वगैरे अटेंड करायचे. माती-कार्य असले कार्यक्रम करून घ्यायचे. भावकीत, गावात जेवढी कामं असतील त्यामध्ये सहभागी व्हायचं. कुणाच्या कार्यामध्ये मदत करायची. कारण पुन्हा वर्षभर परत येणं होत नाही. एवढ्यावर पुढल्या वर्षीच यायचं आहे म्हणून हे सगळं करायचं.

शहाजीशेठ गावाकडं आला की, त्याच्याबरोबर जाईल तिकडं चार-पाच मित्र असायचे. त्या मित्रांच्या जेवणाचा, नाष्ट्याचा खर्च तो एकटा करायचा. कधीकधी त्यांपैकी कुणाला उसन्या पैशांची गरज असली, तर सढळ हातानं मदत करायचा. रात्री पार्टी असायची, तेव्हा ड्रिंकपण असायची. शहाजीशेठ कुणाला खर्चाची तोशीस लागू द्यायचा नाही.

शहाजीशेठ मनानं निष्पाप आणि निर्मळ होता. गावात कुणीही अडलानडला, तर तो शहाजीशेठकडं जात होता. शहाजीशेठ मनापासून त्याला मदत करत असे. या गोष्टीमुळं शहाजीशेठला गावामध्ये मान होता. त्याचा थाटच वेगळा होता. त्याच्या रुबाबाचं गावाला कौतुक वाटायचं.

शहाजीनं चौथीमधून शाळा सोडली. ती आनंदानं नव्हे, तर वडिलांच्या आग्रहामुळं. वडिलांनी त्याला चौथीत असतानाच दुकानला पाठवलं. तो पंजाबला गेला. त्याच्या दूरच्या मामानंच त्याला गडी म्हणून नेलं होतं. तिथं तो राबू लागला.

पाच-सहा वर्षांतच त्यानं स्वतःचं दुकान टाकलं. गावातली दोन-तीन पोरंही नेली. आता शहाजीचा 'शहाजीशेठ' झाला. गावाकडं त्यानं नवीन घर बांधलं. त्यावेळी कुंभारी कौलांची घरं असायची. त्यातल्या त्यात श्रीमंत म्हणाल, तर बेंगलोरी कौलांचं घर असायचं, पण शहाजीशेठनं सिमेंट कॉंक्रिटचं घर बांधायला काढलं.

शहाजीशेठचं गावातलं पहिलं स्लॅबच घर. घराचं बांधकाम चालू होतं. शहाजीशेठनं पंजाबहून गवंडी आणले होते. बांधकाम बघायला गावकऱ्यांची रोज गर्दी होत असे. सिमेंटच्या बांधकामाचं तेवढं कुतूहलच वाटायचं. कारण सिमेंट-कॉंक्रीट बांधकाम ही कल्पनाच गावकऱ्यांना नवीन होती.

शहाजीशेठचा एक वर्गमित्र होता. तो आता शाळामास्तर झाला होता, पण शहाजीशेठ कुठल्या कुठं गेला होता. शहाजीशेठ दुकानाकडून आला की हे शाळामास्तर त्याला भेटायचे. त्यांना शहाजीचं खूप कौतुक वाटायचं. कधीकधी मास्तर म्हणायचे, "तुम्ही आमच्यापेक्षा लय मोठं झालात शहाजीशेठ. आम्ही कुठं? तुम्ही कुठं? आमचं घर कसलं? तुमचं घर कसलं? आमच्या घरात कंदील, तुमच्या घरात ट्यूबलाईट. आमचं घर कुंभारी कौलांचं, तुमचं घर स्लॅबचं. आमचं घर शाडूच्या मातीचं, तुमचं घर सिमेंट-कॉंक्रीटचं. आमचं घर सारवलेलं, तुमचं घर लखलखीत रंगवलेलं."

शाळा मास्तरचं बोलणं ऐकून शहाजीशेठला खूप अभिमान वाटायचा.

दरवर्षी गावच्या यात्रेला शहाजीशेठ अख्खं बोकड कापायचा. कधीकधी दोन-दोन बोकडं कापायचा. सगळा गोतावळा जेवायला बोलवायचा. मित्र, दोस्त, पै-पाहुणे सगळे यायचे. दरवर्षी दोन-चारशे माणसं जेवायची. त्यासाठी खास कोल्हापूरचा आचारी बोलवायचा. तो आचारी मटणाच्या बाबतीत प्रसिद्ध होता. दोन-दोन महिने अगोदर त्याला सांगावं लागायचं. इतका तो बिझी असायचा, पण शहाजीशेठच्या जत्रेला तो कधीच नाही म्हणायचा नाही.

जत्रा जवळ आली, की शहाजीशेठ फक्त निरोप द्यायचा. कोल्हापूरचा आचारी हजर व्हायचा. भांडी पुरवणारा भांडीवाला भांडी आणून टाकायचा. विट्यातून भांडी घासायला बायका यायच्या. झाडझूड करायला, पाणी पुरवायला कार्व्याची पोरं यायची. कुठलंच काम नडत नव्हतं. शिवाय इतर कामांसाठी गावातली दोस्त आणि भावकी मंडळी होतीच. एकूणच डोळे दिपावेत, असं सगळं वैभव.

यात्रेच्या अगोदर कमिटीची मिटींग व्हायची. यात्राकमिटीचा प्रमुख शहाजीशेठ.

शहाजीशेठ म्हणायचा, "यावर्षीच्या तमाशाचा सगळा खर्च मी एकटा करणार."

शहाजीशेठकडचा पैकाअडका बघून कमिटी मेंबर थक्क व्हायचे. शहाजीशेठ म्हणजे गावचं मोठं प्रस्थच होतं. गावात मान होता. जवळ पैसा होता. दोष एकच, सात वाजायच्या पुढं शहाजीशेठला क्वॉर्टर लागायची. त्याशिवाय तो जेवायचा नाही, पण पैकवान असल्यानं त्याही गोष्टीचं गाववाल्यांना कौतुक वाटायचं.

गावाकडं आले, की ठरावीक मित्र शहाजीशेठची पाठ सोडत नसत. दिवसरात्र शहाजीसोबत. त्याची काहीही कामे करत. कधी बाजार आणायचा असे, तर कधी पाहुण्यांना घेऊन यायचं असे. त्याकरिता मित्र हजर असत, पण हे सगळं सायंकाळी सात पर्यंतच. सातनंतर मात्र यांची दुसरीच मैफील सुरू होत होती.

एकदा शहाजीच्या शाळामास्तर मित्राने त्याच्या वडिलांना विचारलं, "शहाजी दारू का पितोय?"

ते म्हणाले, "तुला नाही कळायचं दुकानदाराचं जिणं. भट्टीपुढं उभं राहताना प्यावीच

लागते. त्याशिवाय कामच करू शकत नाही. त्यामुळं सवय लागलीया. पण काम करतंय. पैसं मिळवतंय. आम्हाला शेतात महिन्याला तीन-चार हजार मिळत न्हायत. ते दिवसाला तेवढं मिळवतंय."

बापच पोराचं कौतुक करतोय म्हणल्यावर शाळामास्तर गप्प बसायचे. कुठंतरी चुकतंय असं त्यांना उगीच वाटायचं... शहाजीशेठचे वडील भोळे होते. परमुलखात जाऊन पोरगं राबतंय याचं त्यांना कौतुक वाटत होतं. त्यामुळे शहाजीशेठ करतोय तीच पूर्वदिशा असं त्यांना वाटत होतं. त्यांचं शिक्षण फारसं नव्हतं. गाव सोडून ते कुठं फारसं गेले नव्हते. त्यांना तालुकाही माहीत नव्हता. शहाजीचं वागणंच बरोबर आहे असं वाटण्यामध्ये त्यांचा तरी काय दोष होता?

शहाजीशेठच्या लग्नावेळची गोष्ट. शहाजीचं लग्न ठरलं. बेनापूरच्या संभादादांची मुलगी शहाजीनं पसंत केली. मुलगी एक नंबर. दिसायला नाकीडोळी सुंदर. रंगानं गोरीपान. बांधेसूद शरीरयष्टीची. टपोरे डोळे. सुसंस्कृत वागणं. शिक्षण बेताचं. शहाजीला जशी हवी, तशी ही भावी पत्नी होती. अडचण एकच होती, संभादादांची परिस्थिती.

संभादादांची परिस्थिती खूप गरिबीची होती. बेनापुरात ते रानात छप्पर घालून राहत होते. गावातलं घर पडलं होतं. शेतीवाडी पिकत नव्हती. संभादादाला तीनही मुलीच होत्या. मुली मात्र नक्षत्रावाणी, पण परिस्थिती ही अशी. कशातरी जेमतेम मुली शिकत होत्या. मुलींना शासनानं वह्या-पुस्तकं सवलतीत दिल्या होत्या. शाळेत कपडेपण मोफत मिळत होते. एका कार्यक्रमात सायकलीही मिळाल्या होत्या. त्यामुळेच मुली कशातरी शिक्षण घेत होत्या. शासनाची सवलत नसती, तर मुलींना रोजगारानं जाणं भाग होतं.

शहाजीला मुलगी पसंत पडली. पण संभादादांनी निरोप दिला की, 'आम्ही यंदा लगीन करणार नाही. वर्षभरानं करणार आहोत. कारण आमची परिस्थिती नाही.'

शहाजीच्या दोस्तांना ही बातमी समजली. पोपटनं शहाजीला गाठलं. म्हणाला, "शहाजी लग्नं अशी-तशी जुळत नसतात. अगोदरच दुकानदाराला कुणी मुली देत नाहीत. त्यात तुम्ही जर जुन्या चालीवर गेलात, तर लगीनच होणार नाही."

शहाजीशेठ म्हणाला, "पण मग काय करावं लागंल? आपण तर पसंत आहे म्हणून निरोप दिला आहे. आता आणखी काय करायला पाहिजे?"

पोपट म्हणाला, "ऐक. संभादादाची परिस्थिती नाजूक आहे. त्यांच्याही मनात लग्न ठरावं असंच आहे, पण परिस्थिती आडवी येतीय त्याला ते तरी काय करणार? तुम्ही उद्या त्यांच्याकडे जावा किंवा मी जाईन. त्यांना पाचपन्नास हजार रुपये द्या. भांडीकुंडी घेतील. काही थोडेथोडके कपडे घेतील. खाट-गादी घेतील. मगच लग्नाची गाडी पुढं सरकंल."

दुसऱ्या दिवशी शहाजीनं पन्नास हजार रुपये पोपटकडं दिले. पोपट आणि हिराला

संभादादाकडं पाठवून दिलं. त्यांनी संभादादाला पैसे दिले. चहापाणी झालं. मग मुलगी बघण्यासाठीची तारीख ठरली.

शहाजीच्या आई-वडिलांना यातलं काहीही माहीत नव्हतं. ते माहीत झालं असतं, तरीही लग्न ठरलं नसतं.

शहाजीचं लग्न ठरलं आणि एकच धावपळ सुरू झाली. मिरजेचा भव्य मंडप सांगितला. बांबवड्याचा आचारी सांगितला. घरनिकीचा बँड सांगितला. दिघंजीच्या पिपाण्या सांगितल्या. गुरसाळ्याच्या मोरांगी सांगितल्या. कौलापूरचा ऑर्केस्ट्रा सांगितला. कवठ्याची शोभेची दारू सांगितली.

रोज जीप पळत होती. रोज दहा-बारा मित्र बाजारहाट करत होते. पत्रिका छापायला टाकल्या होत्या. लग्नाचा मुहूर्त ठरला होता. कपडे खरेदीची धावपळ सुरू होती. सोने खरेदीचा प्रश्न नव्हता. कारण शहाजीनं दुकानाकडून सोनं आणलं होतं.

लग्नाची ही अशी धावपळ एकीकडं आणि दुसरीकडं रोज संध्याकाळी एक बॉक्स खपत होता. शहाजीच्याभोवती दोस्तांचं कोंडाळ जमा होत होतं. कधीकधी तो बॉक्सही अपुरा पडायचा. मग शहाजीशेठ खिशातून बुलेटची चावी काढायचा. कुणाला तरी तालुक्याला पाठवायचा. आणखी एखादा बॉक्स मागवायचा.

एका बाजूला शहाजीच्या भव्य कार्यक्रमानं सारा गाव दिपून जात होता आणि स्वत:च्या लग्नाच्या कार्यक्रमातसुद्धा शहाजी खूप खूप पित होता, पण शहाजीशेठला 'दारू पिऊ नको,' असं सांगणार कोण? एक तर तो पैकवान गडी. दुसरं म्हणजे, तो स्वतः पैसा मिळवत होता आणि स्वतः खर्च करत होता. 'मी कुणाच्या बापाची पित नाही, पदरची पितोय,' असं म्हणला तर? अपमान कुणी करून घ्या?

गावातली थोरली माणसं गप्प बसत होती. एखाद्या ज्येष्ठानं शहाजीला समजावून सांगितलं, तर शहाजी 'हू' 'हू' म्हणून ऐकून घेत असे. नंतर सांगणाऱ्यालाच टाळत असे. मग शहाजीला कुणीच सांगण्याच्या फंदात पडत नसे.

लग्नाचा मंडप घरापासून वेशीपर्यंत टाकण्यात आला. त्या रंगीबेरंगी कापडी मांडवाखाली सगळा गाव झाकून गेला. सुंदर, रंगीत, मखमली रेशमी गालिचा पांघरूण पडल्यासारखा गावच्या गाव मांडवात बुडून गेला. मांडवाच्या प्रत्येक खांबावर रंगीत ट्यूबलाईट लावण्यात आल्या. झुंबरं लटकवण्यात आली. राजवाड्यासारखं प्रवेशद्वार बनवण्यात आलं. त्यावर चमकतेल्या, पळतेल्या लायटीच्या माळा सोडण्यात आल्या. गावाच्या इतिहासात कधी असा सोहळा रंगला नव्हता. गावकरी अचंबित झाले होते.

लग्नाचा दिवस उजाडला. पहाटेपासूनच लग्नमंडपावरील स्पीकर वाजत होता. स्पीकरवाला पाणकी मंडळींना पुकारत होता. हळूहळू मांडवात एकेक कार्यकर्ता येऊ लागला. शहाजीशेठच्या लग्नात गावातील सर्व सुवासिनींना साड्या घेतल्या होत्या. बापयमाणसांना फुल आहेर घेतला होता. गुरवापासून तोरण बांधणाऱ्यापर्यंत सर्वांना

पोशाख घेतले होते. सारा गाव नटूनथटून लग्नाला येणार होता.

गावाच्या येशीलाच टिळा होता. त्यामुळे दोन दिवस गावातील कोणत्याही घरांमध्ये चूल पेटणार नव्हती. चहा-नाष्ट्यापासून दोन-तीन वेळच्या जेवणाची सर्व व्यवस्था मांडवात करण्यात आली होती.

सकाळी नऊ वाजता संभापुरातून एक टेम्पो आला. त्यातून वरातीसाठी पांढराशुभ्र घोडा आणला होता. टेम्पोतून घोडा खाली उतरवला. घोड्याबरोबर दोघं-तिघं कार्यकर्ते होते. त्यांच्या चहा-पाण्याची व्यवस्था करण्यात आली. थोड्या वेळानं आणखी एक टेम्पो आला. त्यातून बर्फाच्या लाद्या आल्या होत्या. 'गावातल्या पिण्याच्या पाण्याच्या सगळ्या विहिरीत बर्फ टाका,' असा शहाजीशेठचा आदेश होता. कधीतरी गावी गारीगारवाला यायचा. त्यावेळी लिंबाएवढा बर्फाचा गोळा हातावर यायचा. एवढाच काय तो बर्फ पाहिलेला. आज टेम्पो भरून बर्फ आलेला. उन्हाळ्यात वऱ्हाडाला थंड पाण्याची व्यवस्था केली होती. शहाजीशेठचा खर्च पाहून मित्रमंडळीच्या आश्चर्याला पारावर उरला नाही. त्यांचे डोळे विस्फारले.

जानवस घर कुरवल्यांनी भरून गेलं होतं. बेनापुरचं वऱ्हाड दुपारीच आलं होतं. लग्नाचा गोरज मुहूर्त होता. त्यामुळं तांदळाच्या अगोदरच पंगती बसवल्या. सवास्नीच्या पंगती चालू झाल्या. पाहुणे आणि पाहुण्याकडील लेकुरवाळ्या पंक्तीला बसल्या. एकेक पंगत शंभर माणसांची, पण वाढणाऱ्यांची कमी नव्हती. झाडून सगळं गाव कामाला लागलं होतं. बायकांच्या पंगतीनंतर पुरुषांच्या पंगती सुरू झाल्या.

शहाजीनं नवरदेवाचा पोशाख घातला होता. आयुष्यात प्रथमच श्रीपीस परिधान केला होता. कुरवले त्याला नटवत होते. बोटात अंगठ्या, गळ्यात मोठी साखळी. अंगभर सोनं. सोन्यानं मढल्यासारखा शहाजी पिवळाजर्द दिसत होता. नवरदेवाच्या अंगावरचं सोनं बघण्यासाठी गर्दी होत होती. गावात वृद्ध माणसांची एकच चर्चा चालू होती. असं लग्न आणि लग्नातला खर्च आयुष्यात कधी पाहिला नाही.

मुहूर्त जवळ आला, तसा मांडव खचाखच भरला. गावचे सरपंच, उपसरपंच आणि सर्व पुढारी अक्षताला आलेले. शहाजीशेठचा मित्रपरिवार आला होता. पंजाबहून शहाजीशेठचे दोस्त आले होते. त्यांच्यासाठी स्पेशल मोठ्या दोन गाड्या शहाजीशेठनं पाठवल्या होत्या. मांडवात उभा राहण्यासाठीही जागा नव्हती.

तांदळाला जमलेली मंडळी तर म्हणू लागली असा सोहळा या अगोदर कधी झाला नाही. बरोबर मुहूर्तावर अक्षता पडल्या आणि विवाहसोहळा पार पडला.

पाहुण्यारावळ्यांची पांगापांग झाली. सर्व मंडळी जिकडंतिकडं झाली. बेनापुरचं वऱ्हाड आल्या गावी परत गेलं.

लग्नानंतर पूजाअर्चा झाली. देव देव केला. वधूवरांचा संसार सुरू झाला. शहाजीशेठ बायकोला घेऊन दुकानला गेला.

आता पंजाबहून शहाजीशेठ कधीतरी गावाकडं येतो. गावाकडं आलं, की नेहमीप्रमाणं शहाजी मित्रांना घेतो. तालुक्याला जातो. दिवसभर हॉटेल एन्जॉय करतो. मित्रही चैनी करतात.

मित्रांना एक गोष्ट माहिती आहे. 'शहाजीला उलटं बोलायचं नाही. त्याला तुझं चुकतंय असं म्हणायचं नाही. उलट त्याच्या श्रीमंतीचं कौतुक करायचं. त्याच्या दानशूरपणाचं गुणगान करायचं. तुझ्यासारखा शेठ आजूबाजूच्या गावात नाही असं म्हणायचं. तू परराज्यात रहात असला, तरी गावचं राजकारण तुझ्याशिवाय पुढं सरकत नाही. तुझं गावात वजन आहे. शब्दाला फार मोठी किंमत आहे. तुला मोठंमोठे लोक मनापासून मानतात.' बस्. शहाजी दिवसभर खिसा मोकळा करायचा. मित्रांनी ऑर्डर द्यायची आणि शहाजीनं ती पुरी करायची. मित्रांनी वस्तूकडं बोट दावायचं आणि त्यांच्यासाठी शहाजीनं खरेदी करायची. घरी जाताना पुन्हा चार-पाच किलो मटण. शेतावर पार्टी.

दिवसेंदिवस शहाजीचं पिण्याचं प्रमाण वाढत होतं. बायकोनं सांगितलं. वडिलांनी सांगितलं. पण हा ऐकण्याचं नाव घेत नव्हता. एकदा बायको म्हणाली, "दोन मुलं झाली, तरी तुमचं वागणं बदलना. मुलांचं काय बघणार आहे का असंच चालू ठेवणार आहे? त्यांना पुढं शिकवायचं आहे का गावाकडं म्हसरं घेऊन देणार आहे? बघता बघता पोरगी लग्नाला येईल. जरा तरी विचार करा की."

तिला शहाजी म्हणाला, "तुला काय कमी केलंय का? पैसे देतोय. घरात सगळ्या चीजवस्तू आणल्यात. आणखी काय करू? मी दारू पीत असलो, तरी कुणाला त्रास देत नाही. दिलं, तर तुम्हा सगळ्यांना प्रेमच देतोय. तुम्हाला काही कमी पडलं तर विचारा." यावर बायको काहीही बोलायची नाही.

एवढ्या दुकानदारीच्या काळात शहाजीनं गावाकडं एखादा जमिनीचा तुकडा घेतला नाही. दहा वर्षांपूर्वी एक एकर घेतली. तीही वडिलांच्या नावं केली होती. बायकापोरांच्या नावावर काहीच नव्हतं.

बाहेर मात्र कित्येक लोकांना शहाजीशेठ हातउसने पैसे देत होता. त्यांना घरे बांधण्यासाठी मदत करत होता. कित्येकांना बागा घालण्याकरता पैसे पुरवत होता, पण घरच्या प्रपंचात काहीतरी करावं असं त्याला वाटतच नव्हतं.

आता दुकानात त्यानं दूरच्या मामेभाच्याला आणलं होतं. तो सगळं काम शिकला होता. सोनं घेणं, सोनं देणं सगळं तोच करत होता. दुकानचा सगळा कारभार त्यानंच हाती घेतला होता. शहाजीशेठ त्याच्यावर विसंबून होता. गावाकडं आल्यावर दोन-दोन महिने तो थांबत होता. गावातली लग्नकार्य करत होता. गावातले कार्यक्रम करत होता. दुकानाकडं त्यानं साफ दुर्लक्ष केलं होतं.

हळूहळू दुकानला उतरती कळा आली. गिऱ्हाईकं कमी झाली. कधीकधी मूस पण

पेटायची बंद झाली. गाळ्याचं भाडं थटू लागलं. बायकोच्या अंगावरचे दागिनेही कमी झाले.

एकदा शहाजीशेठ बायकोला म्हणाला, "त्या बांगड्या काढ. महिन्याभरानं नवीन करू या. आता व्यापारात नड आहे."

बायको म्हणाली, "अजिबात देणार नाही. एक तर नवीन करायचं राहिलं बाजूला, आहे ते चार ग्राम पण खर्चून टाका."

शहाजीशेठ म्हणाला, "तू लगीन माझ्याबरोबर केलं नाहीस. माझ्याकडं असणाऱ्या सोन्याचांदीबरोबर केलं आहेस."

तेव्हा बायकोनं रागानं सर्व सोनं देऊन टाकलं. आता तर बायकोच्या अंगावर काळ्या मण्याशिवाय दागिनाच उरला नव्हता.

गावाकडं आलं, की शहाजी मित्रांना घेऊन तालुक्याला जायचा. त्याची बुलेट गाडी होती. दिवसभर चैन. रात्री सात-आठला ते परत यायचे. शहाजी मागं, मित्र पुढं बसायचा. कारण शहाजीनं टाकलेली असायची.

पुढून ट्रक आला की शहाजी मित्राला म्हणायचा, "दोघं दोन्हीकडून येत्यात बघ. बेनी दिसत्यात. आपली मधूनच घालू या."

असाच दोन वर्षांपूर्वी शहाजी यात्रेला आलेला. यात्रा होऊन दोन दिवस झालेले. शहाजी गावातच थांबलेला. दिवसभर तर्रर होऊन फिरायचा. या गावाला जा, त्या गावाला जा, असं त्याचं चालू होतं.

एके दिवशी शहाजी कोल्हापूरला गेला होता. त्याच्याबरोबर मित्र होता. येताना कोल्हापुरात दोघंही जेवले. शहाजीच्या आग्रहानं दोघंही पिले. मित्र म्हणाला, "मला गाडी चालवायची आहे. आता बस कर."

पण शहाजीशेठ ऐकायला तयार नव्हता. दोघंही थंडीत खूप पिले. जेवण करून ते गाडीवर बसले. मित्राला गाडी सरळ चालवता येत नव्हती. शहाजीला तर काहीच कळत नव्हतं. तो त्याच्या मित्राला घट्ट धरून मागं बसला होता. मित्र गाडी चालवत होता. गाडी कशीतरी आष्ट्यापर्यंत आली. आष्ट्याच्या वळणावर समोरून एक ट्रक भरधाव वेगानं येत होता. मित्राला बुलेट कंट्रोल झाली नाही. अचानक बुलेट पुढच्या ट्रकवर गेली. गाडीचा आणि मित्रासहित शहाजीचा चेंदामेंदा झाला. जागेवरच शहाजीशेठ खल्लास झाला.

शहाजीशेठ गेला. गावात हा हा म्हणता बातमी पसरली. कित्येकांना आश्चर्य वाटलं. कित्येकांना धक्का बसला. मात्र बरेच जण म्हणू लागले, 'हे असं कधीतरी होणारच होतं. दारूनं शहाजीशेठचा घात केला.'

शहाजीशेठ गेला आणि घरच उद्ध्वस्त झालं. बायकापोरं वाऱ्यावर पडली.

पैकाअडका गेला. रुबाब गेला.

गावात शहाजीशेठचा वट होता. त्याच्याशिवाय गावचं पान हालत नव्हतं, पण ते सगळं काळाच्या पडद्याआड गेलं. हळूहळू गावाला विसर पडला. कोणे एकेकाळी रुबाबदार श्रीमंत शहाजीशेठ होता, हेसुद्धा लोक विसरून गेले. आता शाळामास्तरही बदलून गेले होते. तालुक्याच्या ठिकाणी त्यांची बदली झाली होती. त्यांना शहाजीशेठच्या अपघाताची बातमी समजली.

एके दिवशी शाळामास्तर शहाजीच्या वडिलांना भेटायला गेले. किती केलं, तरी शहाजी वर्गमित्र होता. शहाजीशेठचं सगळं घर उदास होतं. विधवा बायको आत बसली होती. तिचं भुंडं कपाळ बघून शाळा मास्तर गलबलले.

शहाजीच्या पाठीमागं घर संपलं होतं. शहाजीशेठनं बायकापोरांसाठी एखादा दागिना किंवा बँकेत चार रुपयेसुद्धा शिल्लक ठेवले नव्हते. आता बायकामुलांनी काय करायचं? त्यांना रोजगार करण्याशिवाय पर्याय नव्हता? शहाजीशेठ ज्यांच्यासाठी हजारो रुपये खर्च करत होता, ते मित्र शहाजीशेठ गेल्यावर घराकडं फिरकलेसुद्धा नाहीत. ज्यांना उसनवार पैसे दिले, मदत केली; त्याही माणसांनी तोंडं फिरवली. थोडा वेळ बसून, आधाराचे चार शब्द बोलून, शाळामास्तर निघून गेले.

दिवस येत होते. जात होते. दरवर्षी गावची यात्रा होत होती.

अशीच एकदा सालाबादप्रमाणे गावची यात्रा होती. शाळामास्तर यात्रेला गावाकडं आले होते. ते एसटीतून उतरले. आपल्या घराकडं चालू लागले. रस्त्यात खेळण्याची दुकानं होती. फुगेवाले होते. गर्दीतूनच शाळामास्तर चालत राहिले. घराघरात मटण शिजत होतं. पंगती उठत होत्या. त्यांच्या घरी जाताना अंतूशेठचं घर लागतं. अंतूशेठच्या घरापुढं जेवणाची भलीमोठी पंगत बसली होती. मटणाचं जेवण होतं. पाहुण्यांचा गलका सुरू होता. पोरांचा कालवा वाढला होता आणि पंक्तीच्या पलीकडं कोपऱ्यात शहाजीशेठची बायको पंक्तीची खरकटी भांडी घासताना त्यांना दिसली!

शाळामास्तरांचा त्यांच्या डोळ्यावर विश्वासच बसंना. त्यांना धक्काच बसला. शहाजीशेठनं निदान बायकामुलांसाठी तरी थोडंफार करून ठेवायला पाहिजे होतं, असं त्यांना वाटलं. शहाजीशेठ धुंदीतच जगला आणि धुंदीतच गेला. पाठीमागच्या कुणाचाच त्यानं विचार केला नव्हता.

त्यांना वर्गमित्र शहाजीशेठचा एके काळचा सोनेरी रुबाब आठवला. हातातल्या अंगठ्या, जत्रेतला खर्च आणि लग्नाचा शाही सोहळा आठवला. त्याची श्रीमंती आठवली. दोस्तासाठी आणि मित्रासाठी खर्च करायची पद्धत आठवली. सोन्यानं मढवलेली एकेकाळची बायको आठवली आणि शाळामास्तरांना भडभडून आलं!

निवडणूक

दरवर्षी आंबेडकर जयंतीला तुकाराम खरात गावी यायचा. येताना भावाच्या पोरांना नवीन कपडे आणायचा. वहिनीला साडी आणि भावाला ड्रेस आणायचा. आठवडाभर रजा टाकून यायचा. जयंतीसाठी पाच-पंचवीस पांढऱ्या सुती साड्या आणायचा. म्हारूड्यात स्पीकर लागायचा. तुकाराम आल्याचं गावाला कळायचं.

तुकाराम मुंबईला जाऊन वीस वर्षं तरी झाली असावीत. दहावीनंतर तिकडंच शिकला. तिथंच नोकरीला लागला. तिथंच स्थिरस्थावर झाला. गावगाड्यातून बाहेर पडला नसता, तर इथंच खितपत पडला असता. कुठं साखर कारखान्यावर नोकरी शोध, कुठं पतसंस्थेत जागा आहे का शोध, कुठं एमआयडीसीमध्ये वॉचमन म्हणून घेतील का बघ अशीच वेळ आली असती त्याच्यावर; पण बाबासाहेबांनी शिकवण दिली. 'खेड्यातून शहराकडं चला,' असा संदेश दिला. त्यानुसार तुकारामनं वाटचाल केली. त्यामुळंच आज तो इथपर्यंत आला होता. त्या भावनेपोटीच तो दरवर्षी मोठी जयंती साजरी करायचा.

तुकाराम गावी आला, की जयंती सुरू व्हायची. तो येण्याअगोदर काहीच हालचाल नसायची. फक्त तुकाराम येण्याची प्रतीक्षा असायची. ज्या दिवशी तुकारामाचं गावात आगमन, त्याच दिवशी कार्यक्रमाला खरी सुरुवात व्हायची. तक्क्यापुढं भव्य मंडप टाकला जायचा. निळ्या पताकांच्या माळाच्या-माळा तक्क्यापासून ते पार वेशीपर्यंत लावल्या जायच्या. सगळ्या परिसरात निळं वादळ उठायचं. तक्क्यापुढं सम्राट अशोकाचं चक्र असणारा भलामोठा झेंडा लावला जायचा. तुकारामनं मुंबईहून आणलेल्या साड्या घरोघरी वाटल्या जायच्या. मंडपातच व्याख्यानासाठी स्टेज उभारला जायचा. वक्त्याची येण्याजाण्याची सोय ही तुकारामच्या गाडीतून व्हायची. मग तिथल्याच एखाद्या ड्रायव्हिंग येणाऱ्या कार्यकर्त्यावर ती जबाबदारी सोपवायची. प्रबोधनपर व्याख्यानाअगोदर मिरवणूक निघायची. त्यासाठी मोठा ट्रक, डिजिटल

बोर्ड, झांजपथक, एलईडी, बऱ्याच सामानाची जुळवाजुळव करायची. कार्यक्रमानंतर जेवण असायचं. तक्क्याच्या पलीकडच्या आवारात पत्र्याचा छोटा जुनाट मंडप होता. तिथं जेवणासाठी व्यवस्था करायची. एक दिवस मिरवणूक, दोन दिवस व्याख्यान, तीन दिवस जेवण... असा तुकारामच्या पायाला दम नसायचा.

तुकाराम मुंबईला इन्कमटॅक्स विभागात कमिशनर होता. फार मोठ्ठा हुद्दा. गावातली पाटलाची माणसंसुद्धा दबकून असायची. तुकाराम गावी आला की, कधी आला? आता किती दिवस? बरं हाय का? मुंबईत घर घेतलं का? असं विचारायची. तुकाराम नम्रतेनं सगळं सांगायचा.

तुकाराम अत्यंत बुद्धिमान होता. सरळमार्गी होता. सामाजिक भान असणारा अधिकारी होता. क्लासवन अधिकारी असूनसुद्धा गर्वाचा लवलेशही दिसून येत नव्हता. त्याचं व्यक्तिमत्त्वच वेगळं होतं. त्यामुळेच गावात आणि मुंबईतसुद्धा तुकारामला प्रतिष्ठा होती.

तुकारामाच्या याच स्वभावामुळे गावात त्याचं प्रस्थ वाढत होतं. गावातून कुणीही मुंबईला जा, तुकारामनं त्याची सोय केलीच समजा. गावातली पोरं पोलिस भरतीला जायची. तुकारामकडं थांबायची. थोराड माणसं मुंबई बघायला जायची. तुकारामकडं थांबायची.

मुंबईसारख्या ठिकाणी तुकारामचे दोन फ्लॅट होते. गावाकडे पस्तीस-पस्तीस एकर जमीन असणाऱ्यांचं पण एवढं मोठं घर नव्हतं. तुकारामनं एक फ्लॅट तर गावकऱ्यांसाठीच रिकामा ठेवला होता. तिथं राहण्याची उत्तम व्यवस्था केली होती. शेजारी इराण्याचं हॉटेल होतं. त्याला नाश्ता, चहा, जेवण सर्व सांगून ठेवलं होतं. गावात तर असं म्हटलं जायचं, की मुंबईला जाण्याकरता तिकीटापुरते पैसे असले की बस. बाकी काही नडत नाही.

पण एवढं असलं, तरी गावच्या राजकारणात तुकाराम लक्ष घालायचा नाही. अधिकारी असल्यामुळे त्याला मर्यादांचं भान होतं. शिवाय गावगाड्याबद्दल पूर्वीचा त्याचा अनुभव वाईट होता. म्हणूनच तर त्यानं गाव सोडलं होतं. गाव सोडल्यामुळेच मुलाबाळांना शिक्षण देऊ शकला. कुटुंबीयांना आनंदी ठेवू शकला. समाधानाची जिंदगी निर्माण करू शकला. याची त्यालाही जाण होती.

मात्र अलीकडं तुकारामाचं वजन, प्रतिष्ठा वाढली, तशी गावच्या पुढाऱ्यांनी त्याला गळ घालायला सुरुवात केली. गावात कुठलीही निवडणूक लागली, तर तुकारामनं मुंबईहून एक निरोप द्यायचा अवकाश की पार्टी निवडून आली समजायचं. मतं कमी जास्त होतील, पण पार्टी निवडून येणार म्हणजे येणारच.

गेल्यावर्षी गावची ग्रामपंचायत निवडणूक लागली. सरपंचपद आरक्षित होतं. सरपंच

पदासाठी चार अर्ज आलेले. कुणीच माघार घेत नव्हतं. प्रत्येक उमेदवाराला पाटलांच्या दोन्ही गटाची फूस होती. ऐकण्याच्या अवस्थेत कुणीच नव्हतं. सरपंचपद आरक्षित असल्यानं बाकी सदस्य बिनविरोध होणार होते, पण सरपंचपदासाठी रस्सीखेच चाललेली होती. खरं म्हणजे निवडून आलं, तरी यात उमेदवारांचा काहीच फायदा नव्हता. पाटलांचे दोन्ही गटच गावचा कारभार करणार होते. या उमेदवारांचा फक्त वापर करून घेणार होते. गावोगावी ती पद्धतच होती. आजही आहे. पण याची समज कुठल्याच कार्यकर्त्यांमध्ये नव्हती.

नांगरे-पाटील गटाचे कार्यकर्ते मुंबईला तुकारामकडे गेले. संध्याकाळी सात वाजता ते तुकारामच्या फ्लॅटवर पोहोचले. नेहमीप्रमाणं तुकारामनं सर्वांची सोय केली. सर्वांना फ्रेश होऊन जेवण करण्यास सांगितलं. तुकारामही त्याच्या घरी जेवला. रात्री आठ वाजता तो गावकऱ्यांची भेट घेण्यासाठी आला. कारण दुसऱ्या दिवशी त्याला ड्युटीवर जायचं होतं.

तुकाराम फ्लॅटवर आल्यावर इकडच्या-तिकडच्या गप्पा झाल्या. गावचे माजी पोलीस पाटील म्हणाले, 'गावाकडं तुम्ही लक्ष द्यायला लागतंय साहेब. इलेक्शन होईस्तोवर गावाकडंच चला. मुंबईत नाव कमावलं. गावाकडं पण बघा की जरा.. यावेळची ग्रामपंचायत तर तुम्ही आल्याशिवाय मार्गस्थ लागत नाही.'

तुकारामची छाती फुगून आली. तो मनातल्या मनात विचार करत होता. ही सर्व बाबासाहेबांची कृपा आहे. घटनेमध्ये आरक्षणाची तरतूद नसती, तर कोण तुकाराम? कोण पाटील? कोण गावकरी? कुणी आपल्याला विचारलंही नसतं. घटनेत स्वातंत्र्य, समता, बंधुता ही मूल्यं दिली. त्यामुळेच आत्ता खेड्यातला मतदारसुद्धा बदलला आहे. निवडणुका बदलल्या आहेत. पूर्वीसारखी जातीची, भेदाभेदांची तीव्रता राहिली नाही. आज गावकरी, ती पण प्रस्थापित मंडळी आपल्याकडे आली आहेत. विनंती करत आहेत. तुकाराम स्वाभिमानानं भरून गेला.

खरं म्हणजे तुकारामचे वडील सांगायचे, 'गावचं राजकारण लय वाईट. शहाण्या माणसानं त्यात पडू नये. बाबासाहेबांनी पण सांगितलंय, शहराकडं चला. बाहेर अधिकारी झाला तरी, गावगाड्यात तो बलुतेदारच राहतो. सवर्णांकडून तुमचा वापर कसा केला जातो हे समजणारही नाही.'

कधीकधी तुकारामला वडील म्हणायचे, 'तू खूप शिकलास, जास्त पुस्तके वाचलीस; पण तरीही तुला सांगावंसं वाटतं, गावगाड्याबद्दल तुला वाटणारं अप्रूप खोटं आहे. गावगाडा गोंडस दिसतो, पण प्रत्यक्षात तो पूर्वीसारखाच नरक आहे. सवर्णांच्या सोप्यातल्या दिवळीत फुटके कप आणि जरमलची थाटी असायची. पाणी पिण्यासाठी चेपलेला तांब्या असायचा. तिथेच एक खराटा ठेवलेला असायचा. आता त्यांच्या

दिवळीतले फुटके कप, जरमलच्या थाट्या, वाट्या नाहीशा झाल्यात; पण मनातल्या दिवळीत मात्र अजूनही त्या पक्क्या ठाण मांडून बसलेल्या आहेत. त्या जाता जात नाहीत. स्वरूप वेगळं असंल, पण वृत्ती तीच राहिली आहे.'

पण तुकारामला वाटायचं की, आता परिस्थिती बदलली आहे. मतदार सुशिक्षित झालाय. खेड्यानं कात टाकलीय. गावं बदलली आहेत. शिवाय गावची पाटील मंडळी आपणास एवढा मान देत आहेत. वडिलांचा काळ वेगळा. आताचा काळ वेगळा.

गावकऱ्यांच्या विनंतीला तुकारामनं मान दिला. दोन दिवसांची रजा टाकली. तुकाराम गावी आला.

सरपंचपदाच्या इच्छुक उमेदवारांची बैठक घेतली. चुलतभाऊच सगळे, पण कुणी ऐकण्याच्या स्थितीत नव्हतं. कसाबसा दोघांनी अर्ज काढला. विलास कांबळेनं अर्ज काढून घेतला असता, तर निवडणूक बिनविरोध झाली असती; पण विलास कांबळेनं अर्ज काढण्यासाठी नकार दिला. त्याच्या एकट्यामुळे निवडणूक लागली.

नांगरे-पाटलांच्या पार्टीनं हा सायबांचा अपमान आहे, असं उठवलं. ही आवई साऱ्या गावभर पसरली. एवढ्या मोठ्या हुद्द्यावरच्या माणसाचं तो ऐकत नाही म्हणजे? तुकारामला पण आपला अपमान झालाय असंच वाटलं. ही निवडणूक जिंकून दाखवायचीच असं त्यानं ठरवलं.

दोन गटात निवडणूक सुरू झाली. तुकाराम इर्षेला पेटला. आपल्या शब्दाला गाव मान देतंय आणि हा कोण विलास? तो त्या साळुंखे पाटील गटाच्या नादाला लागलाय. त्यामुळे तो बिघडला. पण निकाल लागल्यावर तो जमिनीवर येईल.

तुकाराम प्रथमच निवडणुकीत उघडपणे उतरला. त्यानं पुन्हा पंधरा दिवस रजा टाकली.

निवडणुकीचं वातावरण तापत होतं. साळुंखे पाटील गटानं विलास कांबळेला फूस लावली. त्याला सरपंचपदाचा अर्ज भरण्यास सांगितलं. विलासप्रमाणं तुकारामचे दोघे चुलतभाऊ पण उचलले. ते पण त्यांच्या गटात सामील झाले. साळुंखे पाटील गट तुकारामवर खुन्नस दाखवत होता, पण तुकाराम असल्या गोष्टींकडं लक्षही देत नव्हता.

एके दिवशी बायको म्हणाली, "साहेब, मुंबई वेगळी आणि गाव वेगळं. इथली माणसं राजकारणात घातकीपणा करतात असं मामंजी म्हणायचे. तुम्ही सावध असा. नाहीतर आता प्रचार सुरू झाला आहे. तो करू द्या त्यांना. आपण आपली मुंबई गाठू या."

तुकाराम तिला म्हणाला, "काही काळजी करू नकोस. अगं मुंबईचं पाणी पिलोय मी. ती जगाची राजधानी आहे. असलं राजकारण म्हणजे डाव्या हाताचा मळ."

मतदानाचा दिवस जवळ आला होता. ग्रामपंचायतीचा प्रचार शिगेला पोचलेला. दोन्ही गटात चुरस लागलेली. घराघरांत भेटी सुरू झाल्या. प्रत्येक मतदाराला महत्त्व प्राप्त झालं.

प्रचाराच्या शेवटच्या दिवशी तुकारामच्या नेतृत्त्वाखाली भव्य रॅली काढण्यात आली. रॅलीत झाडून सगळ्यांना सामील करण्यात आलं. भावकीतल्या घरापासून रॅलीला सुरुवात झाली. पवारांचा वाडा, चांभार वाडा, वाड्यावरची घरं, रोमोशाची वस्ती, माळ्यांची आळी, जाईल तिथं 'साहेब नमस्कार'. साहेबांना खुर्ची. प्यायला माठातलं थंडगार पाणी...

हे सगळं बघून तुकारामला आपल्या आयुष्याचं सार्थक झालंय असं वाटलं. गावातल्या घराघरांत किती मान आहे ते समजलं. लोकांच्या मनात आपल्याबद्दल किती आदर आहे तेही समजलं. रॅलीतूनच एखादी माउली घरात बोलवायची. साखर-पाणी द्यायची. पण तुकाराम निवडणुकीत उतरल्याचं बघून तिला आश्चर्य वाटायचं.

रॅली देसायांच्या वाड्याजवळ आली. तिथल्या आज्जीनं तुकारामाला आत बोलवलं आणि म्हणाली, "तुकारामा, तू काय अडाणी नाहीस. खूप शिकलायंस. कशाला असल्या घाणीत पडलायस? इथं तोंडावर एक आणि माघारी एक बोलणारी माणसं. सकाळी एका पार्टीत तर रात्री दुसऱ्या पार्टीत जाणारे मतदार. कुणीही येतो पळी आणि नळी देतो. मग कालचा मतदार आज राहत नाही. नको त्याच्या पाया पडावं लागतंय. असल्या घाणीत तू तर पडायला नको होतंस."

तुकाराम या गोष्टी हसण्यावारी न्यायचा. बारा जणांची बारा मतं. कुणाला काय तर कुणाला काय वाटणार. प्रत्येक गोष्टीची दखल थोडीच घ्यायची असते?

तुकाराम पुन्हा रॅलीत सामील झाला. खूप कमी वेळ हातात आहे. घराघरात पोहोचलं पाहिजे. साळुंखे पाटील पॅनलच्या दोन रॅल्या पूर्ण झाल्या. आपली पहिलीच रॅली चालू आहे.

रॅली यल्लमा मंदिराच्या मागं आली. तोपर्यंत साळुंखे पाटील गटाची रॅली समोर आली. दोन्ही रॅल्या समोरासमोर झाल्या. कार्यकर्त्यांच्या घोषणा सुरू झाल्या. एकमेकांना झेंडे दाखवण्यास सुरुवात झाली. त्यातूनच बाचाबाची सुरू झाली.

आता काहीतरी अनर्थ घडण्याची शक्यता होती. तुकारामनं प्रसंग ओळखला. तो पुढं झाला. समोरच्या रॅलीमध्ये शिरला. तुकारामचा चुलत भाऊ आणि त्याची बायको रॅलीत पुढं होती. त्यांना समजावून सांगू लागला. तुकाराम म्हणाला, "शांततेच्या मार्गानं जाऊ या. जनतेचा कौल मान्य करू या. निवडणूक दोन दिवसांची आहे, पण आपण रोज एकत्र राहणार आहोत. रोज एकमेकांची तोंडं बघायची आहेत."

एवढ्यात मागून कार्यकर्त्यांचा हुंबाडा आला. तुकाराम आणि सोबतचे कार्यकर्ते,

चुलत भावाच्या बायकोच्या अंगावर पडले. एकच गोंधळ सुरू झाला. दोन्ही गटातल्या कार्यकर्त्यांनी हाणामारीला सुरुवात केली. तुकाराम कसा तरी उठला. अंगाला बऱ्याच ठिकाणी खरचटलं होतं. कपडे झाडून तो थोडा बाजूला झाला. मंदिराशेजारी दगडी खिळा होता. त्यावर तो चढला. इकडंतिकडं पाहून आपल्या कार्यकर्त्यांना उद्देशून बोलला, "तुम्ही शांत होणार नसाल, तर मी रॅलीत सामील होणार नाही. मी आत्ताच्या आत्ता मुंबईला जातो. तुम्ही तुमची निवडणूक लढवा."

तुकारामच्या आवाहनानं समुदाय शांत झाला. दोन्ही रॅल्या विरुद्ध दिशेला तोंड करून रवाना झाल्या.

मतदानाचा दिवस उजाडला. सकाळी आठ वाजता मतदानाला सुरुवात झाली. दोन गटाचे दोन बुथ लागले होते. कार्यकर्ते मतदार यादी घेऊन बसले होते. लांब अंतरावरून येणाऱ्या मतदारांना तुकारामकडून प्रवासखर्च दिला जात होता. टॅक्सीतून, कारमधून, जीपमधून, मतदारांना आणले जात होते. डिझेल आणि पेट्रोलसाठी शेजारच्या गावातील पंपावर तुकारामनं सांगून ठेवलं होतं. गाड्या तिथं जात होत्या. तेल टाकत होत्या. मतदार यादी बघून प्रत्येक मतदाराला विनंत्या केल्या जात होत्या. झाडून ऐंशी टक्के मतदान झालं. संध्याकाळी सहा वाजता मतदानपेट्या सील केल्या गेल्या. पेट्या तालुक्याच्या ठिकाणी रवाना झाल्या. मतदानाच्या पेट्या घेऊन जाणाऱ्या गाड्या दिसेनाशा झाल्या आणि मग गाव शांत झाला.

आता तालुक्याच्या ठिकाणी दोन दिवसांनी मतमोजणी होणार होती. तोपर्यंत गावात चर्चेला उधाण आलं होतं. गावात एकच चर्चा. नांगरे-पाटील पॅनेल की साळुंखे-पाटील पॅनेल? शर्यती लावल्या जात होत्या. पैजा लावल्या जात होत्या. दोन्हीकडचे कार्यकर्ते छातीवर हात ठेवून सांगत होते, 'आमचंच पॅनल बसणार.'

गावात पारावर बसलेली माणसं दिवसभर चर्चा करत होती. यावेळची निवडणूक खूपच गाजली. चार दिवस सलग प्रचार चालला. लाखो रुपये खर्च झाले. तुकारामसारखा मुंबईतला अधिकारी निवडणुकीत सामील झाला. पण काही थोरामोठ्यांना ही गोष्ट पटली नाही. तुकारामसारख्या सुशिक्षित माणसानं असल्या छोट्या निवडणुकीत पडायला नको होतं. त्याला मान आणि प्रतिष्ठा आहे ती वेगळ्या कारणासाठी आहे. त्याचं पॅनल निवडून आलं, म्हणून त्याच्या प्रतिष्ठेत भर पडणार अशातला भाग नव्हता; पण गावकऱ्यांनी घातलेल्या गळाला तो भाळला.

दोन दिवस अशाच चर्चा होत राहिल्या. कार्यकर्ते रात्रभर जागत राहिले. उद्या तालुक्याच्या ठिकाणी मतमोजणी होणार होती. तिथं मतमोजणीची सर्व तयारी झाली होती.

तालुक्याच्या ठिकाणी मतमोजणी सुरू झाली. आवारात कार्यकर्त्यांची हीsss गर्दी. पोलिस बंदोबस्त तैनात होता. तहसील इमारतीपुढं पिवळी बरॅक लावली होती. हातात काठ्या घेतलेले होमगार्ड उभे होते. पार्किंगसाठी खास व्यवस्था केली होती. पोलीस शिट्ट्या वाजवत होते. कार्यकर्त्यांना शांत राहण्याचे आवाहन करत होते. उत्साही कार्यकर्ते इकडून तिकडं फिरत होते. होमगार्डवाले त्यांना दरडावत होते. तहसील कार्यालयाचा आवार गर्दीनं फुलून गेला होता.

सकाळी आठ वाजताच मतमोजणीला सुरुवात झाली. तास-दीड तास झाला, तरी आत काय चाललंय ते समजत नव्हतं. कधी एकदा पहिल्या राउंडची मोजणी होते, असं झालं होतं. प्रत्येक कार्यकर्ता घड्याळाकडं बघत होता. एवढ्यात स्पीकरवरून आवाज आला. प्रत्येक राउंड झाल्यावर स्पीकरवरून समालोचन केलं जात होतं. कोणत्या उमेदवाराची आघाडी समजत होतं. कोण पिछाडीवर कळत होतं. आघाडीवर असलेल्या सदस्यांचे कार्यकर्ते घोषणा देत होते, पण दोन्ही गटात अस्वस्थता होती.

मतमोजणीचा पहिला राउंड पुरा झाला होता. त्यामध्ये साळुंखे-पाटलांच्या पॅनलनं आघाडी घेतली होती. नांगरे-पाटलांच्या गटात सामसूम झाली. साळुंखे पाटलांच्या गटामध्ये कार्यकर्त्यांच्या घोषणांचा पाऊस पडू लागला. 'येऊन-येऊन येणार कोण, आमच्याशिवाय हायच कोण?' काही अतिउत्साही कार्यकर्ते तुकारामविरुद्ध घोषणा देत होते. 'मुंबईच्या पार्सलचं करायचं काय, खाली मुंडं वर पाय.'

दुसऱ्या राउंडला सुरुवात झाली. पुन्हा थोडा वेळ गेला. काही वेळानं समालोचनाला सुरुवात झाली. आता मात्र दोन्ही पॅनल बरोबरीनं वाटचाल करत होते, पण दोन्ही गटांमध्ये चुरस लागलेली होती. तुकारामला वाटली तेवढी ही निवडणूक सोपी नव्हती. तुकारामला गावातल्या प्रत्येक घराघरात मान होता. त्यानं कित्येक जणांना संकटकाळात मदत केली होती. कित्येक जणांचे प्राण वाचवले होते. कित्येक कुटुंबच्या कुटुंबं उभा केली होती, पण निवडणुकीत त्याचा काही उपयोग झालेला दिसत नव्हता.

वडील सांगायचे, 'तुकारामा, राजकारणात स्वतःच्या बापावरही विश्वास ठेवायचा नसतो. इतकं राजकारण गलिच्छ आहे. पूर्वीसारखे दिवस राहिले नाहीत. आता दगडाखालचा हात निघाला, की माणसाचा स्वभाव बदलतो. वेळ बदलली, की पान पलटायला वेळ लागत नाही. ज्याला आपण आपला समजतो, तो आपला असतोच असं नाही.'

आपल्याला मान आणि प्रतिष्ठा देतात याचा अर्थ ती माणसं आपल्या बाजूनं मतदान करणार होती असा नव्हता. आता तुकारामला ते कळून चुकलं.

एकामागून एक राउंड होऊ लागले. दोन्ही पॅनलचे उमेदवार अगदी काठावर होते. ठामपणे कोणतं पॅनल येईल कुणी सांगू शकत नव्हतं. कोणता उमेदवार पराभूत होईल सांगता येत नव्हतं. कोण उमेदवार विजयी होईल शाश्वती नव्हती.

शेवटचा राउंड सुरू झाला. उत्सुकता शिगेला पोचलेली. दोन्ही गटात तणावाचं वातावरण. कार्यकर्ते अस्वस्थ झालेले. तुकारामच्या चेहऱ्यावर चिंता पसरू लागलेली. सगळ्यांचीच नुसती घुसमट सुरू झालेली.

आणि नांगरे-पाटील पॅनेलची आगेकूच सुरू झाली. सगळ्या सदस्यांचं मताधिक्य वाढू लागलं. सरपंचपदाच्या उमेदवाराला ६७ मतं ज्यादा पडली. नांगरे-पाटलांच्या गटात गुलालाची उधळण सुरू झाली. तरुणांचा दंगा वाढू लागला. कार्यकर्त्यांच्या मिठ्या, शिट्या, तहसील आवाराच्या आभाळात गुलालाचा धुरळा. निकाल जाहीर झाला. नांगरे-पाटील पॅनेलला काठावरचं यश मिळालं.

तुकाराम आता जमिनीवर आला. या निवडणुकीनं त्याला खूप काही शिकवलं. आपली आपली म्हणवणारी माणसं काय करतात हे भल्याभल्यांना अंदाज लागत नाही. तुकारामनं ज्यांच्या पडत्या काळामध्ये मदत केली, त्या माणसांनीसुद्धा निवडणुकीत तोंडं फिरवली. ज्यांना संकटामध्ये मदत केली, तुकारामला जे देव मानत होते, ती माणसंसुद्धा बघता बघता बदलली.

तुकारामचा धाकला भाऊ गावाकडं राहत होता. त्याला तर तुकारामनं भरपूर मदत केली. दोन वेळा व्यवसाय टाकून दिला. दोन वेळा मुंबईला नोकरी लावून दिली; परंतु तो व्यसनाधीन असल्यामुळं कुठंच स्थिर झाला नाही. तरीही तुकाराम त्याला मदत करत राहिला. त्याला कधीच दुखावलं नाही. तुकारामला वाटत होतं, या निवडणुकीत आपला सख्खा भाऊ सावलीसारखा पाठीमागं राहील; पण तोही गैरसमज ठरला. त्याचा सख्खा भाऊसुद्धा तुकारामच्या बाजूनं आहे की विरुद्ध आहे शेवटपर्यंत समजू शकलं नाही.

निवडणूक अगदी एकतर्फी होईल हा तुकारामाचा अंदाज अगदीच खोटा ठरला.

रात्री उशिरा मिरवणूक निघाली. डॉल्बी, पताका, तरण्याताट्यांचा डान्स, घोषणा, चिरमुऱ्यांची खैरात. गाव दणाणून गेलेलं. खरं म्हणजे तुकारामची या मिरवणुकीत सामील होण्याची इच्छा नव्हती. जनतेनं दिलेला कौल स्वीकारून आता पुढच्या कामाला सुरुवात करणं गरजेचं होतं, पण उत्साही कार्यकर्ते ऐकत नव्हते. त्यांनी तुकारामला ओढून मिरवणुकीत नेलं.

प्रत्येक चौकात थोडा वेळ मिरवणूक थांबायची. निवडून आलेला सदस्य गावकऱ्यांना नमस्कार करायचा. घरातल्या बायकामाणसांचं दर्शन घ्यायचा. मिरवणूक हळूहळू पुढं सरकायची. मुंगीच्या गतीनं पुढं वाटचाल करायची.

दोन-तीन चौक ओलांडून मिरवणूक पुढं आली. एवढ्यात दोन पोलिसांच्या गाड्या मिरवणुकीजवळ आल्या. चार-पाच पोलीस खाली उतरले. 'तुकाराम खरात

कोण?' म्हणून चौकशी करू लागले. त्यांनी पोलीस पाटलांना शोधून काढलं. पोलीस पाटलांनी तुकारामला बोलवून आणलं. पोलीस म्हणाले, "तुम्हाला इन्स्पेक्टर साहेबांनी तालुक्याला बोलवलंय."

काही कळायच्या आत तुकारामला पोलीस तालुक्याला घेऊन गेले. तुकारामबरोबर पोलीस पाटील आणि दोन जवळचे कार्यकर्ते गेले.

मिरवणुकीच्या परमिशनबद्दल काहीतरी असणार, कार्यकर्त्यांनी अंदाज केला. मिरवणूक पुन्हा सुरू झाली. मारुतीच्या देवळापासून, माळ्यांच्या आळीतून पुढं सरकू लागली. मिरवणूक रंगात आलेली. नवनिर्वाचित सदस्य गुलालानं न्हाऊन निघाले होते. कोण सदस्य आहे, हेसुद्धा ओळखू येत नव्हतं.

चार-पाच तास गेले. मिरवणूक चालूच होती.

तुकारामबरोबर गेलेले पोलीस पाटील दोन कार्यकर्त्यांसह एकटेच परत आले. त्यांना कार्यकर्त्यांनी विचारले, "साहेब कुठं आहेत?"

पोलीस पाटील म्हणाले, "चुलत भावजयचा विनयभंग केला, म्हणून त्यांना अटक झालीय. त्यांना आत टाकलंय. भावजयनं विनयभंगाबरोबरच बलात्कार करण्याचा प्रयत्न केला, अशी केस टाकलीय त्यांच्यावर." पोलीस पाटील हताश होऊन सांगत राहिले.

ही बातमी बघताबघता मिरवणुकीतल्या प्रत्येक कार्यकर्त्याला समजली. मिरवणुकीमध्ये सन्नाटा पसरला. डॉल्बी आणि झांजपथक शांत झाले. मिरवणूक जागेवर थांबली. कार्यकर्त्यांच्या चेहऱ्यावर चिंता दिसू लागली. चिंतामग्न अवस्थेत प्रत्येक कार्यकर्ता आपापल्या घराकडं रवाना झाला.

दुसऱ्या दिवशी गावातलं वातावरण तंग होतं. लोकांच्यात कुजबुज चाललेली. कुणी म्हणे, बाबासाहेब आंबेडकरांचं नाव घेऊन असली कामं? तुकारामला हे शोभत नाही. कुणी म्हणे पैशाचा माज, दुसरं काय? कुणी म्हणे, विरुद्ध पार्टीचच हे काम? कुणी म्हणे, तुकारामच्या चुलत भावानंच हे केलंय. त्याचंच कारस्थान आहे, तर कुणी म्हणे, अरे त्याचा सख्खा भाऊ कुठंय? तो पण कालपासून दिसला नाही. त्याला घेऊन साळुंखे-पाटील पॅनेलची माणसं तालुक्याला गेली होती.

तुकारामची आई दु:खी होऊन बसलेली. मतदानापासून तुकारामची भाऊ, भावजय कुठं दिसलीच नाहीत.

इलेक्शन संपून दोन महिने झालेत. निवडून आलेले सदस्य कामाला लागले. ग्रामपंचायतीचा कारभार पाहू लागले. गावच्या विकासासाठी निधी कुठून आणता येईल, याचा विचार करू लागले. आपापल्या वार्डात काय सुधारणा करता येईल यासाठी फिरू लागले.

काल नांगरे पाटील पॅनलच्या प्रमुखांनी पाच बोकडांची दावण मोकळी केली. सर्व सदस्य आणि गावकऱ्यांना जेवायला बोलावलं. तालुक्याहून आमदार साहेबपण आले होते. सरपंच आणि इतर सदस्यांचा त्यांनी सत्कार केला. रात्रभर जेवणावळीच्या पंगती उठत राहिल्या. निकाल लागल्यानंतर दुसऱ्याच दिवशी जेवण करायचं होतं; परंतु आमदार साहेबांची तारीख मिळत नव्हती. ती आज मिळाली होती.

ग्रामसभा जवळ आलीय. दोन्ही गट आक्रमक झाले आहेत. ग्रामसभा उधळून लावायची असं साळुंखे-पाटील गटानं ठरवलंय, तर कसल्याही परिस्थितीमध्ये ग्रामसभा यशस्वी करून दाखवायची असं नांगरे-पाटील गटानं ठरवलंय.

तुकारामला मात्र अजूनही जामीन मिळाला नाही!

सुनेचा मोबाईल

मांडवाची मेड रोवायची होती. लगीन दोन दिवसावर आलेलं. पकाबापू आणि पार्वती काकूंची धांदल उडालेली. एकुलता एक पोरगा. बीए करून शेती करतेला. दोन मुलींनंतर हा तिसरा. गेल्या सालीच बापाच्या खांद्याएवढा झालेला... आणि आज त्याच्या लग्नाचा मुहूर्त होता.

पकाबापू आणि पार्वती काकू आज खूप आनंदी होते. कालपासून या दोघांना मांडवझळा लागलेल्या होत्या. एकुलत्या एका मुलाचं लग्न म्हटल्यावर आनंदाच्या भरात रात्रभर झोप लागली नव्हती. मांडवाची मेड 'र' या नावानं निघाली होती. शेजारच्या रामाला दोन वेळा निरोप दिलेला होता.

पकाबापूला साडेदहा एकर शेती. त्यामध्ये दोन एकर ऊस. दीड एकर केळी. बाकी सगळी द्राक्षबाग. सहा-सात जनावरं. दोन मजली गावातलं घर. शेतातलं शेडफार्म. ह्या इस्टेटीला दिलीप एकटाच मालक. बापाच्या माघारी दिलीप एकटाच वारसदार. रकूनं आणि आशानं त्यांच्या लग्नावेळीच हक्कसोडपत्र केलेलं. पकाबापूला दिलीप एकुलता एक. त्यामुळे सारी मदार दिलीपवर असायची.

दिलीपला अनेक स्थळं आली. पकाबापूंनी बरीच नाकारली. आपल्याला सुट झालं पाहिजे. येणारी मुलगी ह्या इस्टेटीची मालकीण म्हणून येणार. ती समजूतदार पाहिजे. घराला धनीण शोभली पाहिजे, असंच स्थळ पाहिजे. पकाबापू बरेच दिवस चांगल्या मुलीच्या शोधात होते. पकाबापूंनी चांगली मुलगी म्हणजे काय हे त्यांच्या मनाशी पक्कं ठरवलं होतं.

मुख्य म्हणजे पकाबांपूनी दोन-तीन गोष्टींवर भर दिलेला होता. एक, मुलगी सुसंस्कृत असायला पाहिजे. दुसरं, ज्या घराण्यातून मुलगी येत आहे, त्या घराण्याचा नातेसंबंध शेवटपर्यंत चांगला टिकला पाहिजे. ओढूनताणून नातेसंबंध टिकता कामा नये. तिसरं म्हणजे मुलगी दिसायला थोडी सुमार असली तरी चाललं, पण स्वभावानं सालस,

सर्वात मिसळणारी आणि सर्वांना समजून घेणारी असायला पाहिजे.

पकाबापूंनी कित्येक लग्नं ठरवली होती. बऱ्याच लग्नात ते 'मध्यस्थी' असायचे. पकाबापू सुनेची निवड करताना पारंपरिक पद्धतीला फाटा द्यायचे. कुणी एखाद्या भाऊबंदानं 'मुलगी पाहायला चला' असं सांगितल्यानंतर पकाबापू म्हणायचे, 'माझी निवड वेगळी, तुमची निवड वेगळी. मला कशाला घेऊन जाताय?,' परंतु भावकीतली माणसं पकाबापूला घेतल्याशिवाय मुलगी बघायला जात नसत.

मुलगी दिसायला सुंदर आहे का? तिला स्वयंपाक येतो का? ती उंचीपुरी आहे का? या बाबींपेक्षाही तिचा स्वभाव कसा आहे? लग्न झाल्यावर तिचं स्वप्न काय आहे? ती नोकरी करणार आहे का? तिला कशा प्रकारची फॅमिली हवी आहे? हे पाहणं महत्त्वाचं आहे. बाकीच्या गोष्टींबरोबर सर्वात महत्त्वाची गोष्ट म्हणजे तिचा स्वभाव हे पकाबापूंना माहीत होतं.

सुनेबद्दलच्या पकाबापूंच्या धारणा ह्या अत्यंत वेगळ्या होत्या.

म्हातारपणाचा आधार कोण? मुलगा? मुलगी? जावई? खरं तर यांपैकी कुणीही नाही. म्हातारपणीचा खरा आधार असते ती म्हणजे सून. आपला गैरसमज असतो, की आपली स्वतःची मुलगी किंवा मुलगा म्हातारपणीचा आधार असतो; पण म्हातारपणी सुनेशिवाय आपलं पान हलत नाही. हरघडीला आपल्याला सून हवी असते. चहा हवा, जेवण हवं, घरातली एखादी वस्तू हवी, दरवेळी सूनच उपयोगी पडते. सून चांगली भेटली, तर वृद्ध सासू आणि सासरे आपले आयुष्य चांगले घालवतात.

सुनेला तिच्या सासू आणि सासऱ्याची दिनचर्या तोंडपाठ असते. संपूर्ण दिनक्रम माहीत असतो. कुणाला कधी चहा लागतो? कुणाला कधी जेवण लागतं? आज काय शिजवायचं? भाकरी करायची की चपाती करायची? संध्याकाळी जेवणाला काय करायचं? रात्री किती वाजता जेवण करायचं? सासऱ्याची औषधं कोणत्या वेळेला द्यायची? सासूला गोळ्या किती वेळा द्यायच्या? हे सगळं तिला माहीत असतं.

सासू आजारी पडली, तर सूनच पाहते. सासरे आजारी पडले, तरी सूनच हवं नको पाहते. मुलगा आठवडा-पंधरा दिवस बाहेर गेला, काही वाटत नाही; परंतु सून दोन दिवस माहेरी गेली, तरी सासरची प्रत्येक गोष्ट नडते.

कपाटाच्या चाव्या कुठं ठेवल्यात? पापड भरलेला डबा कुठं ठेवला आहे? नवीन चटणीची बरणी कोणत्या कोपऱ्यात ठेवली आहे? मुलांच्या शाळेची कागदपत्रं कुठं ठेवली आहेत? नवऱ्याची कपडे कुठं ठेवली आहेत? सासऱ्याचा चष्मा सापडत नाही. काल सासूचे जोडवे पडले. चप्पल हरवली.

सुनेच्या भरवशावरच घर सुरळीत चालतं.

सून नसताना सासू-सासऱ्यांना घर खायला उठतं. आधार गळून पडल्यासारखा

वाटतो. कारण मुलाकडं वेळ नसतो. असला, तरी तो काही करू शकत नाही. त्याला त्याच्या स्वतःच्या वस्तू सापडत नाहीत. तो आई-वडिलांना काय शोधून देणार?

आईबापानं जेवण केलं का? चहा पिला का? नाश्ता केला का? ते काय खातात? कसला चहा पितात? कोणत्या वेळेला पितात? हे त्याला काहीच माहीत नसतं. म्हणूनच चांगली सून हीच म्हातारपणाचा आधारस्तंभ आहे. सुसंस्कारित सून सासू-सासऱ्यांना आई-बाप मानून मनापासून सेवा करत असते.

पण अजूनही आईबाप माझा मुलगा, माझी चांगली मुलगी या पलीकडं जात नाहीत. माझी चांगली सून माझ्या घरात लक्ष्मीच्या पावलानं आली आहे. माझी चांगली लेकच आहे ती, असं तिला मानायला तयार नाहीत. आपल्या सुनेमध्ये फक्त दोष शोधत बसण्यापेक्षा तिच्या चांगल्या गुणांची प्रशंसा करावी. सुनेचा त्याग ओळखावा. तिची सेवा जाणावी. आपल्या मुलामुलींप्रमाणं तिला स्वतःची समजावी.

सुनेबद्दलचे पकाबापूंचे विचार हे असे होते. ते प्रत्येक मित्राला सांगायचे, 'जन्म दिलेल्या लेकीइतकीच सून म्हणून करून आणलेली लेक महत्त्वाची असते बाबा. तीच संपूर्ण कुटुंबाचा आधार असते. चांगल्या गुणांची सून करून आण.'

आता तर ते स्वतःसाठी सून पाहणार होते. त्यासाठीच पकाबापू चांगल्या, सुसंस्कृत घराण्याच्या शोधात होते. पकाबापूंच्या जवळच्या नातेवाईकांनी एक स्थळ काढलं. एके दिवशी ते पकाबापूंना म्हणाले, 'आपण सावर्डेला जाऊ या. आमचे लांबून पाहुणेच आहेत ते. तुम्ही एकदा ते स्थळ बघा. तुम्हाला जसं हवं, तसंच ते स्थळ आहे.'

पकाबापू आणि त्यांचे नातेवाईक गाडीवरून सावर्डेला गेले. चहाला आलोय म्हणून त्यांच्या घरी गेले. त्यांना लांबून सर्व काही पाहायचं होतं.

पकाबापूंना जशी हवी, अगदी तशीच मुलगी त्या घरामध्ये होती. शिक्षण बीकॉम, दिसायला देखणी, चुणचुणीत. घरची चांगली श्रीमंती. अंगणात सडा टाकलेला. तुळशीसमोर रांगोळी काढलेली. हॉलमधले सोपासेट स्वच्छ कपड्यानं झाकलेले. घरातले पडदे कालच धुऊन अडकवल्यासारखे कोरे करकरीत.

विशेष म्हणजे तीच मुलगी चहा द्यायला आली. तिला माहिती नव्हतं हे आपल्याला पाहायला आलेत. तिनं चहा दिला. सर्वांना नमस्कार करून आत निघून गेली. पकाबापूंनी विचार केला, सगळं बरोबरीचं. कुठंच कमी नाही. आपल्याला जसं हवं, अगदी तसं आहे सारं. दिलीपलाही मनापासून स्थळ आवडलं. म्हणूनच पकाबापूंनी पाहुण्यांना होकार दिला.

लग्न झोकात झालं. पकाबापूंनी गावाला जेवण दिलं. रात्रभर वरात फिरत होती. लग्नाला आलेलं मोठं कपाट... सॅमसंगचा फ्रीज... ओनिडाचा टीव्ही... फर्निचर... भांडी... कुलर... रूपालीला आयफोन... एवढं मोठं लग्न. साऱ्या गावात चर्चा झाली.

पूजा झाली. माहेर झालं. दिलीप-रूपाली प्रपंचाला लागले. पकाबापूंना खूप समाधान झालं. येणाऱ्या-जाणाऱ्याला ते कौतुकाने विठ्ठल-रखुमाईची जोडी दाखवत.

रूपालीला बापूंनी पहिल्याच दिवशी सांगितलं, 'हे बघ, आता तुम्ही दोघंच ह्या इस्टेटीचे मालक. समजुतीनं राव्हा. नेटका संसार करा. किरकोळ कारणावरून भांडत बसू नका. तुम्ही आनंदी राहा. आम्हालाही आनंदी ठेवा. शेवटी तुम्हा दोघांशिवाय आम्हाला कोण आहे? आम्ही कष्ट करून प्रपंचा केला. काडीला काडी लावत दिवस काढले. किडूकमिडूक करत करत इथंपर्यंत आलो. आम्ही जे मिळवलं, ते सर्व तुमचंच आहे. आमच्या माघारी या सगळ्याचे तुम्हीच मालक आहात, हे सदैव लक्षात ठेवा.'

लग्न होऊन महिना झाला. दोघंही हसतखेळत राहात होते. दिलीप शेतात जात होता. रूपाली घरकाम करत होती. रात्री सर्व जण एकत्र जेवत होते.

...आणि अचानक एके दिवशी सकाळीसकाळी सावडर्याची बोलेरो गाडी दारात आली. दहा-बारा माणसं पटापट त्यातून उतरली. रूपालीचे चुलते, त्यांच्या भावकीतली बरीच माणसं. पकाबापूंचं अंगण माणसांनी भरून गेलं. इतकी माणसं पाहून शेजाऱ्यांना पण आश्चर्य वाटलं.

पकाबापू घरीच होते. त्यांनी पाहुण्यांना रामराम केला. तेवढ्यात शेतातून दिलीप आला. त्यालाही काही कळेना. सासरवाडीची दहा-पंधरा माणसं, सगळीच गंभीर चेहरे करून आलेली. पकाबापूंनी त्यांना आत बोलवलं. बसायला टाकून बसायला सांगितलं. काही जण बसले. काही जण तसेच उभा राहिले. काहीतरी गंभीर घडलं होतं. कारण त्या माणसांच्या हालचाली तशा दिसत होत्या.

पकाबापूंनी पार्वती काकूंना हाक मारली. म्हणाले, "पाहुणे आलेत, चहा ठेवा."

परंतु पाहुण्यांपैकी दोघं-तिघं ओरडले, "चहा, कॉफी काही नको. आम्ही चहा प्यायला आलो नाही. तुम्ही बसा आणि काय तो सोक्षमोक्ष लावा."

दोन मिनिटांतच रूपालीचे चुलते बोलू लागले. ते पकाबापूकडं पाहून म्हणाले, "तुमच्याबद्दल आणि रूपालीच्या सासूबद्दल तक्रार आहे. आम्ही तुम्हाला अगोदरच सांगितलं होतं. मुलगी शहरात लहानाची मोठी झालीया. तिला लगेच काही जमणार नाही. पण तुम्हाला मात्र एका दिवसातच तिनं सारं शिकलं पाहिजे असं वाटतंय. बोलून चालून मुलगीच आहे ती. अजून नाकळती आहे. तुम्हाला थोडं तरी समजायला हवं."

पकाबापू म्हणाले, "अहो पण झालंय काय? ते तरी सांगा."

एवढ्यात रूपालीचे मामा म्हणाले, "काय झालंय ते कळंल लवकरच... शिंगं मोडून वासरात शिरू नका, काय झालंय आणि काय नाही ते तुम्हाला सगळं माहिती हाय. आम्हाला बोलायला लावू नका. पुन्हा जर अशा गोष्टी कानावर आल्या, तर याद राखा. सांगून ठेवतो."

एवढ्यात दिलीप पुढं आला. दिलीप काही बोलणार तोच रूपालीचे मामा आणि चुलते खाडकन उभा राहिले. प्रकरण हातघाईवर आलं. मग पकाबापू पुढं झाले. त्यांनी दोन्ही हात जोडले. म्हणाले, "आम्हाला नेमकं काय ते कळू द्या. आमचं काय चुकलं ते तरी सांगा."

चुलते आणि मामा, दिलीप आणि पकाबापूंकडं रागानं पाहत होते. दोन-तीन मिनिटं गेली असतील. ती सर्व माणसं पाय आपटत ताडताड निघून गेली. दिलीप आणि पकाबापूला दमात काढून पाव्हणं निघून गेलं.

लग्न होऊन अजून दोन महिनेसुद्धा झाले नव्हते. सर्व जण आनंदात होते. कुणाचीच साधी तक्रार नव्हती, पण महिन्याभरातच काहीतरी गालबोट लागलं... काय चुकलं? कुणाचं चुकलं? बापू विचार करत होते... दिलीप तर चक्रावूनच गेलेला.

पकाबापूंनी पार्वतीबाईंना बोलवून घेतलं. त्यांना खोदून-खोदून विचारलं. काहीच घडलेलं नव्हतं, त्या तरी काय सांगणार? पार्वती बाई म्हणाल्या, "माझं तर डोकं चालायचं बंद झालंय. ही माणसं अशी का वागायला लागलीत? त्यांना कोण एकाचं दोन करून सांगतंय का बघायला पाहिजे."

पकाबापूंनी नंतर सूनबाईला बोलवून घेतलं. सूनबाईलाही त्यांनी बरेच प्रश्न विचारले. भरपूर चौकशी केली. पण काहीच निष्पन्न झालं नाही. मग दिलीपला बोलवून घेतलं. त्यालाही विचारलं. पण कुणालाच काही कळायला मार्ग नव्हता. नेमकं घडलंय काय आणि ही माणसं अशी का येऊन भांडण करून गेली हे कळत नव्हतं.

पकाबापू तसे संयमी. शांत वृत्तीचे. दिलीपचं लग्न झाल्यापासून ते किती आनंदी होते. पण आता त्यांचा संयम ढासळू लागला. संताप अनावर झाला. ते पार्वतीबाईंना रागावले. म्हणाले, "या वयात हात उचलणं बरोबर नाही. म्हणून खरं काय ते सांगा."

पण पार्वतीबाई नुसत्या रडत होत्या. त्यांनाही समजत नव्हतं, की नेमकं काय झालंय. कुणालाच कळायला मार्ग नव्हता.

दिवस असेच जात राहिले. हळूहळू वातावरण शांत झालं. पाहुणे येऊन बोलल्याचा, रागाचा विसर पडला. झालं गेलं विसरून गेलं. पुन्हा सगळी आपआपल्या कामाला लागली.

पकाबापू विचार करत होते. आपण इतका विचार करून सूनबाई आणली. दोन्ही घरांचा नातेसंबंध चांगला राहावा, अशी आपली इच्छा होती. आपण काय काय विचार केला होता? दोन्ही घरं एक होतील. आनंदी, समाधानी राहतील. दोन्ही घरांची प्रगती होईल; परंतु काय झालं समजलं नाही आणि विनाकारण ही कटुता आली.

पकाबापूंनी एक दिवशी त्यांच्या इवायाला म्हणजे रूपालीच्या वडिलांना फोन केला, परंतु रूपालीच्या वडलांनी तुटकच उत्तर दिलं. हाय-हॅलो या पलीकडे बोलणं सरकलं

नाही. पाऊस कसा आहे? पेरण्या झाल्या का? सुगी काय म्हणते? बस... या पलीकडं काही नाही.

दोन-तीन महिने असेच गेले असतील...

एके दिवशी पुन्हा बोलेरो दारात उभी. आता तर जणू मारामारीच्याच तयारीत. उभ्या उभ्याच रूपालीचे मामा ओरडू लागले, "पाणी तापवायला ती काय मोलकरीण हाय काय? कशाकशावरून तिला छळायला लागलाय? तुम्ही माणसं आहात का जनावरं? हे शेवटचं सांगणं. पुन्हा आमच्या कानावर आलं तर घर ठेवणार नाही."

अंगणातच पाहुणे आरडाओरडा करू लागले. आत या म्हटलं तरी येईनात. प्रत्येकानं रुद्रावतार धारण केलेला. दहा-पंधरा जण आले होते. कोण काय बोलतंय समजत नव्हतं. कालवा उठलेला. अर्धा तास तसाच दंगा सुरू होता. नंतर अंगणातूनच माणसं माघारी गेली. चहा नाही, पाणी नाही....

आता मात्र बापूंना सहन झालं नाही. त्यांनी पार्वतीबाईंना बोलावलं. काय झालंय विचारलं. भांडणं का होतात विचारलं. दिलीपला बोलावलं. त्यालाही विचारलं. रात्री जेवणाच्या वेळी रूपालीला विचारलं. नेमकं काय होतंय? ही माणसं पिसाळल्यागत का येत्यात? रात्री अकरापर्यंत हीच चर्चा चालू होती.

...आणि दुसऱ्या दिवशी पकाबापूंनी जीप बाहेर काढली. दिलीप, रूपाली, पार्वतीबाई, बापू आणि ड्रायव्हर. सगळीजण सावडर्याला गेली.

सकाळी नऊचा सुमार. रूपालीचे वडील बाहेरच अंगणात बसले होते. सगळ्यांना बघून त्यांच्या काळजाचा ठोका चुकला. काहीतरी इपरीत घडलंय असं त्यांना वाटलं. त्यांनी पाहुण्यांना आत यायला सांगितलं. सगळी जण सोप्यात बसली. बापूंनी बोलायला सुरुवात केली...

"तुमच्या मुलीला कायमचं सोडायला आलोय. आमच्यानं तिला सांभाळायचं होणार नाही. तुमची मुलगी तुमच्याजवळ ठेवा. आम्हाला मोकळं करा."

रूपाली खाली मान घालून रडत होती.

रूपालीचे वडील मोहनराव यांना धक्काच बसला. ते टेन्शनमध्येच आले. त्यांनी रूपालीला काय झालंय विचारलं. मधेच पकाबापू ओरडले, "तिला विचारू नका. तुम्हीच सांगा, तुम्हाला कोण सांगत होतं आमच्या घरातल्या किरकोळ तक्रारी?"

मोहनरावांनी सिंधुबाईना बोलवलं. सिंधुबाई वटवटतच बाहेर आली. म्हणाली, "रोज माझा रुपीबरोबर फोन हाय. सगळं माहिती आहे मला. रोज मला तक्रारी ऐकायला येत होत्या. पण आमची पडली पोरीची जात. म्हणून आम्ही गप्प बसलो, पण आमची पोरगी आम्हाला जड न्हाय."

तशा पार्वतीबाई संतापल्या. म्हणाल्या, "तुमच्या रोजच्या फोननचं आमचा संसार जाळला. म्हणं रोज फोन हाय. तिला कामंच करू देऊ नका... कितीला उठली? अंघोळ केली का? आज आमटी काय केली? त्यात मीठ टाकलं का? घरात कोण काय म्हणतंय का? सासू काय बोलली का? सासरा काय म्हणला का? नवरा कुठं गेला आहे? नवरा पैसे देतो का? आणि पोरीला पण अक्कल न्हाय. आई-बापाला काय सांगावं आणि काय सांगू नये. घरातला खडा न् खडा पोरगी तुम्हाला सांगत राहिली. तुम्ही त्याची शहानिशा न करता डोक्यात राख घालून घेतली. विनाकारण पंधरा-वीस माणसं आणली. आमच्या दारात तमाशा केला. कधी विचारलं का पोरीला नेमकं काय झालं? आमच्या घरी सकाळची भांडणं दुपारी संपतात. कुठल्या तक्रारी, किल्मिषं डोक्यात घेऊन बसण्याची आम्हाला सवय नाही.

"एकदा लवकर उठण्यावरून किरकोळ तक्रार झाली. मीच तिला बोलले होते. दिलीपलाही खडसावलं होतं. तुम्हाला लवकर उठण्याची सवय लावून घ्यायला हवी. ती आत्ताच लावून घ्यायला हवी. उद्या मुलंबाळं झाल्यानंतर सवय नसंल, तर लवकर उठणं होत नाही. मी तसं सांगितल्यानंतर रूपाली रुसून बसली. अर्धा तास काहीच बोलली नाही. नंतर मीच तिला नाश्त्यासाठी बोलावलं. तासा-दोन तासांत वातावरण पूर्ववत झालं. पुन्हा सर्व जण आपापल्या कामाला लागले. घर म्हटलं, की भांड्याला भांडं थटणारच. त्यात काय एवढं? फक्त एकमेकाला समजून घेणं महत्त्वाचं.

"त्याच दिवशी दुपारी आम्ही सर्व जण शिर्डीला गेलो. देव देव केला. दर्शन घेतलं. तिथंच दोन-तीन ठिकाणी फिरायला गेलो. नंतर हॉटेलला गेलो. जेवण केलं, पण सकाळी तक्रार झाली, त्यावेळी रूपालीनं तुम्हाला फोन केला. तुमच्या डोक्यात तेवढंच राहिलं. इकडं तक्रार मिटून आम्ही फिरायला गेलो. पण तुम्हाला ते कसं माहीत पडणार? रूपालीनं तक्रार सांगितली, पण त्यानंतर सर्व जण शिर्डीला गेलो. फिरायला जाऊन आलो, हे का नाही सांगितलं? पोरीनं तक्रारी सांगायच्या. चांगलं सांगायचंच न्हाय, पण तुमी त्याचा किती बाऊ करायचा? पोरीला पण जरा शिकवा. शाळा शिकल्यावर अक्कल येतीच असं न्हाय."

मोहनरावांनी ओळखायचं ते ओळखलं. हा सगळा सिंधुबाईंचा म्हणजे रूपालीच्या आईचा खेळ होता. पकाबापूंच्या सुनेचा मोबाईल सर्वांना महागात पडला होता. दोन वेळा तक्रार झाली. ती सिंधुबाईंनीच कानावर घातली होती. सिंधुबाई कधी मोहनरावांना बोलायची, तर कधी मोहनरावांच्या भावाच्या कानावर घालायची. कधीकधी त्या भावाला म्हणजेच रूपालीच्या मामाला फोन करून सांगायच्या.

सिंधुबाईवर विश्वास ठेवून ही मंडळी रूपालीच्या घरी जात होती. रागाच्या भरात त्यांना काहीतरी बोलत होती. मोहनरावांना त्यांची चूक लक्षात आली.

मोहनरावांनी पकाबापूंची माफी मागितली. मायलेकीच्या फोनमुळे रामायण झालं.

मनावर घेऊ नका... पुन्हा असं होणार नाही... खात्री धरा. मोहनरावांनी पकाबापूंची विनवणी केली. पकाबापूंनीही मोठ्या मनानं माफ केलं. पाहुण्यांची समजूत निघाली. दोन्ही पाहुण्यांना भांडणाची कळ कुठं होती ती लक्षात आली. त्या रात्री मोहनरावांनी दोन किलो मटण आणलं. सर्वांना आग्रहानं जेवू घातलं. पाहुणे समाधानानं पोटभर जेवले.

पकाबापू आज आनंदात होते. त्यांच्या घरातल्या भांडणाचं मूळ त्यांना सापडलं होतं. दिलीपचं लग्न झाल्यापासून ते काळजीत होते. काहीही कारण नसताना पाहुण्यांच्यात गैरसमज होत होता. काहीच कळायला मार्ग नव्हता. आज मात्र त्या गोष्टीवर पडदा पडला. जेवण करून पाहुणे निघून गेले.

पाहुणे गेल्यानंतर मोहनरावांनी सिंधुबाईंना बोलवून घेतलं. म्हणाले, "तो मोबाईल तेवढा आणा इकडं".

सिंधुबाईनी मोबाईल मोहनरावांच्या हाती दिला. मोहनरावांनी त्यातलं सिमकार्ड काढून टाकलं. मोबाईल खिशात ठेवून दिला. सिंधुबाईना ते म्हणाले, "लेकीबरोबर बोलावं वाटलं, तर कधीतरी माझा वापरा. पण ऊठसूट फोन करू नका. कधीतरी खूपच बोलावं वाटलं, तर तेवढाच करा. फार तर ख्यालीखुशाली विचारा. त्यांनी प्रपंचा कसा करावा हे तुम्ही त्यांना शिकवू नका. करू द्या त्यांचा त्यांना. मुलगी सुशिक्षित आहे. मुलगा सुशिक्षित आहे. सासऱ्यांनी एवढा मोठा प्रपंचा उभा केला आहे. आपणही बघून देखून मुलगी दिली आहे. मुलीचं सासर खूप अक्कलवान आहे. त्यांना त्यांचा संसार कसा करायचा हे चांगलं कळतं. त्यांना कुणी शिकवलं म्हणून ते इथपर्यंत आले नाहीत. त्यांच्या त्यांच्या हिमतीवर त्यांनी सगळं मिळवलं आहे. त्यांचा संसार कसा करायचा हे त्यांनी ठरवलं आहे. दुसऱ्याच्या संसारात कशाला नाक खुपसावं? लग्न झालं त्याचवेळी मुलीवरचा आपला कायदेशीर हक्क संपला. आता फक्त प्रेमाचा अधिकार राहिला. पण प्रेम एवढं नसावं, की मुलीचा संसारच विस्कटून जावा.

"बऱ्याच मुलींचे संसार त्यांच्या आयांच्या आंधळ्या प्रेमानंच उठले. ऊठसूट मुलीला फोन.. मुलीला काहीही शिकवायचं. आपण जे सांगतोय ते बरोबर का चूक याची शहानिशा करायचीच नाही. रोज काहीतरी नवीन सल्ले देत बसायचं. मुलीला त्या घरामध्ये नांदूच द्यायचं नाही. तिचं मन तिथं रमंल, असं काही करायचं नाही. तिला तिच्या संसारातलं काही सुचू द्यायचं नाही. बंद करा असले धंदे.

"आता मला आठवतंय. एकदा तर रूपालीनं तुम्हाला लोणचं कसं घालू याबाबतीत सल्ला विचारला होता. तुम्ही तिला दिवसभर रेसिपी सांगत होता. त्यापेक्षा तू तुझ्या सासूला का विचारत नाहीस? असं म्हटलं असतं, तर किती बरं झालं असतं. सासू तिला सांगत नाही का? सासूची अशी कधी तक्रार तुमच्या कानावर आली होती का?"

सिंधुबाई खाली मान घालून ऐकत होत्या. त्या म्हणाल्या, "तशी कधीही तक्रार आली नव्हती."

मोहनराव म्हणाले, "तुमच्या फोनमुळे रूपाली आणि नवऱ्यामध्ये अंतर पडलं. सासू-सासरे दुरावले. तुमचं अजून आम्ही थोडं ऐकत राहिलो असतो, तर रूपालीच्या प्रपंचाचं वाटोळं झालं असतं. मग त्याला जबाबदार कोण असतं?"

या घटनेनंतर सिंधुबाईंचा रूपालीबरोबर फोन बंद झाला. कधीतरी मोहनरावांचा फोन घ्यायचा. तेवढंच मोजकं बोलायचं. तोही आठवड्या-पंधरा दिवसांतून. मात्र त्यावेळी सर्व जण एकमेकांबरोबर बोलायचे. पूर्वी सिंधुबाई रूपालीबरोबर तास-तासभर बोलत बसायच्या. ते सर्व प्रकार आता बंद झाले. रूपालीच्या घरी शांतता नांदू लागली.

या गोष्टीला सहा-सात महिने झाले असतील.

आज सकाळी रूपालीचा मोहनरावांना फोन आला.

"हॅलो, पप्पा. मी बोलतीय. रूपाली. आम्ही दोघंपण येणार आहे... लगेच परत जाणार आहे... दवाखान्यात गेलो होतो. डॉक्टरनी काळजी घ्यायला सांगितलंय... आई कशी आहे? तुमची तब्येत कशी आहे?... नको, जेवण नको... नुसता नाष्टा करा."

त्यांनी सिंधुबाईना हाक मारली.

"रूपा आणि जावाय पावणं नाष्ट्याला यायला लागलेत. ते दोघेही दवाखान्यात गेले होते. लवकरच आपण आज्जी-आजोबा होणार आहोत. आवरा. नाष्टा तयार करा."

सिंधुबाई आनंदानं स्वयंपाकघरात पळाल्या. त्या नाष्ट्याच्या तयारीला लागल्या!

फेसबुक मॅरेज

रवी फार कडकडी. त्याला खेळवता खेळवता सुनीताबाई थकून जात. त्याच्यामागं पळून-पळून बेजार होत. दिवसभर तो एका जागी थांबत नसे. त्याला खेळवणं आणि सांभाळणं म्हणजे चार माणसाचं काम एका माणसानं केल्यासारखं होतं. एकदा तर सुनीताबाईंना चुकवून तो शेजारच्या घरात कधी गेला समजलंच नाही. शोधून शोधून पुरेवाट झाली. त्या पार दमून गेल्या. काळजीनं पोटात खड्डा पडला. मनात नाही नाही ते वाईटसाईट विचार येऊ लागले. गाडीखाली सापडला असला तर? रस्त्यावर पळत जाताना अपघात झाला असला तर? काळजाचं पाणीपाणी होत गेलं. शेजारणीनं हाक मारून सांगितलं. रवी इकडं आहे. तेव्हा कुठं जीव भांड्यात पडला.

रवी म्हणजे सुनीताबाईंचा जीव की प्राण. सुनीताबाईंचा सगळा जीव नातवावरच होता. रवी खूप चंचल. खूप धांदरट, पण असं असूनसुद्धा सुनीताबाईंना नातवाचा कंटाळा येत नसे. तो कितीही दमवत राहिला, तरी त्या दमत नसत. लेकरू सोडून चार- पाच वर्षांत त्या गावाला गेल्या नाहीत. कोणत्या पाहुण्याकडे गेल्या नाहीत. त्याला अडवता-अडवता दिवस कुठल्याकुठे जायचा. सकाळी उठावं... त्याला उठवावं... अंघोळ घालावी... काजळ लावावं... बोर्नव्हिटा पाजावा... दिवसभर खेळवावं... असा दिनक्रम चालायचा.

एकदा शाळेच्या कामानिमित्त त्या दोन दिवस पुण्याला गेल्या. जाताना त्यांनी बहिणीला बोलवून घेतलं. शेजारच्या गावातच बहीण राहत होती. सुनीताबाईंवर संकटांवर संकट येत गेली. दरवेळी हीच बहीण धावत आली. सुनीताबाईंनी तिला सांगितलं, "दोन दिवसांत परत येते. रवीला नीट सांभाळ. माझं शरीर तिकडं आणि मन रवीकडं अशी अवस्था झाली आहे. वाटतंय, आता राजीनामा द्यावा; पण तू आहेस म्हटल्यावर मी निघाली आहे."

बहीण म्हणाली, "तू निवांत जा. मी आहे पाठीमागं. काही काळजी करू नको."

सुनीताबाई शाळेत मुख्याध्यापक होत्या. त्यांना 'आदर्श शिक्षक' पुरस्कारानं सन्मानित केलं होतं. त्यांनी कधीच कामचुकारपणा केला नाही. कामाची टाळाटाळ त्यांना माहीतच नव्हती. शाळेचा निकाल शंभर टक्के लागला पाहिजे हा कायमचा ध्यास, पण त्यांचं आणखी एक वैशिष्ट्य होतं. मुलं सुसंस्कृत झाली पाहिजेत. त्यांना त्यांचं भवितव्य घडवता आलं पाहिजे. भरकटत जाणारी मुलं माझ्या शाळेत निर्माण होणार नाहीत याची त्या काळजी करत. दरवेळी मासिक मीटिंगला प्रत्येक शिक्षकाला याबाबत अहवाल द्यावा लागत असे. सुनीताबाईंनी तसा आदेशच काढला होता. असा कडक स्वभाव आणि कामसू वृत्ती. त्यामुळे आज मनात नसूनही त्या पुण्याला कर्तव्य म्हणून निघाल्या होत्या.

सुनीताबाईंनी रवीचं आवरलं. त्याला अंघोळ घातली. खाऊ घातलं. बॅग भरली. बहिणीला रवीला खेळवत ठेवायला सांगितलं. त्याचा डोळा चुकवून त्या पुण्याला निघून गेल्या.

सुनीताबाई पुण्यात पोहोचल्या, त्यावेळी दुपारचा एक वाजला होता. त्या कार्यालयात गेल्या. फाईल्स जमा केल्या. काही अहवाल द्यायचे होते, पण मुख्य साहेब उद्या येणार होते. मग त्या कार्यालयातून बाहेर पडल्या. त्यांनी बहिणीला फोन लावला.

"हॅलो, रवी कसा आहे? दमवतोय का? त्यानं काही खाल्लं का?"

बहीण म्हणाली, "तू गेल्यावर तासभर खेळला. नंतर आई कुठं आहे विचारू लागला. बाहेर गेलीय म्हटलं, तर तिकडं चल म्हणू लागला. खायला दिलं, तर नको म्हणायला लागला. रडून रडून तो आता झोपलाय. उठल्यावर त्याला जेवण देईन. तुझं काम आवरून लवकरात लवकर निघ बाई. हा तुझा नातू काही शहाणा नाही."

सुनीताबाई म्हणाल्या, "होय गं. मी पण लवकर निघायचं म्हणतेय, पण अजून काम झालं नाही. काम झालं की लगेच निघते."

सुनीताबाईंना फायली जमा करायला आणि साहेबांचा आदेश घ्यायला दोन दिवस लागले.

दोन दिवसांनी सुनीताबाई परत आल्या. तोपर्यंत रवीनं जोसरा काढलेला. सुनीताबाईंनी त्याला जवळ घेतलं. रवीला कडकडून ताप भरला होता. अंग विस्तवासारखं भाजत होतं. बहीण म्हणाली, "कालपासून झोपेतच चावळतोय. सारखं आई आई म्हणून बोलवतोय."

सुनीताबाईंच्या डोळ्यात अश्रू आले. त्यांचे डोळे डबडबले. रवीला काळे डॉक्टरांच्या दवाखान्यात नेलं. त्याला ॲडमिटच करावं लागलं. स्पेशल रूम घेतली. सलाईन लावली. कपाळावर पट्ट्या ठेवल्या. दिवसभर सुनीताबाई सलाईनच्या बाटलीकडं आणि रवीच्या चेहऱ्याकडं पाहत बसून राहिल्या. दोन दिवस गेले. मग त्याला बरं वाटू लागलं. तब्येतीचा रिपोर्ट व्यवस्थित आल्यावर डॉक्टरांनी डिस्चार्ज दिला. त्यांनी

सुनीताबाईला बोलवून घेतलं. म्हणाले, “पुन्हा त्याला एकट्याला सोडू नका. तो कळता होईपर्यंत तुम्हाला ही गोष्ट सांभाळावी लागेल. तुम्ही दुर्लक्ष केलं, त्याला एकटं सोडून गेला, तर त्याच्या जीवावरसुद्धा येण्याची शक्यता आहे.”

रवीला घेऊन सुनीताबाई घरी आल्या. आता मात्र कुठंही जायचं नाही, असा त्यांनी निर्धार केला. त्या रवीजवळ बसून राहायच्या. आपण दिवसभर घरी बसावं. रवीनं आपल्यापुढे खेळावं, बागडावं, असं सुनीताबाईंना वाटत राहायचं.

एके दिवशी त्यांनी ठामपणे आणखी एक निर्णय घेतला. त्यांनी नोकरीचा राजीनामा दिला. सुनीताबाईंनी रवीसाठी नोकरी सोडली. शाळेला रामराम ठोकला. नाहीतरी नातवापेक्षा नोकरी कुठं मोठी होती? आईबापाविना पोरकं झालेलं पोर. त्याला आता कोण आहे? आपण सोडलं तर वर आभाळ, खाली धरती. आपण पाठ फिरवली, तर ते लावारिसच होऊन जाईल. रवीला मोठा करू. त्याला शिक्षण देऊ. मोठा अधिकारी करू. मग आपण पैलतीरी जाण्यास मोकळे.

दिवस असेच जात होते. घरी रवी आणि सुनीताबाई दोघंच राहत होते. आता मात्र रवी खूश होता. आनंदी होता. नाही म्हटलं, तरी तो गुटगुटीत झाला होता. पुढच्या वर्षी त्याला बालवाडीत घालायचं होतं. त्यासाठी चांगली शाळाही बघून ठेवली होती. सुनीताबाई त्याला दिवसभर खेळवत असायच्या. रोज सायंकाळी चार वाजता शेजारी उद्यानात घेऊन जायच्या. तो खेळून खेळून दमल्यावर घरी घेऊन यायच्या.

आजही नेहमीप्रमाणं सुनीताबाई त्याला उद्यानात खेळण्यासाठी घेऊन निघाल्या होत्या. रवीला घेऊन त्या बाहेर पडणार, इतक्यात गेटवर एक इसम आला. त्यानं पांढरा शर्ट, पांढरी विजार परिधान केली होती. कुठल्यातरी सरकारी कार्यालयात नोकरीला असल्यासारखा तो दिसत होता. त्याच्या हातात कागदांचा गठ्ठा होता. त्यानं सुनीताबाईंना बोलावलं. रवीचा हात सोडून सुनीताबाई गेटवर गेल्या. तो इसम म्हणाला, “मी बेलीफ आहे. तुम्हाला नाशिकच्या कोर्टामधून नोटीस झाली आहे. येत्या पंधरा तारखेला तुम्हाला हजर राहावं लागेल.”

सुनीताबाईंनी नोटीस घेतली. बेलीफ निघून गेला. त्यांनी नोटीस वाचून पाहिली. नाशिकच्या कोर्टात जावयानं केस घातली होती. त्यानं रवीचा ताबा मागितला होता. ‘मी मुलाचा बाप आहे. मी मुलाचा पालनकर्ता आहे. मुलाची आई मयत झाली आहे, पण मुलाच्या आज्जीनं बळजबरीनं मुलाला ताब्यात ठेवलं आहे. माझा मुलगा माझ्यापासून तोडला आहे. माझा मुलगा माझ्या ताब्यात द्यावा वगैरे, वगैरे.’

सुनीताबाईंना संताप आला. रागानं त्यांच्या कपाळावरच्या शिरा तटतटल्या. चेहरा लालभडक झाला. त्याचवेळी त्यांना भोवळ आली. कोर्टाची नोटीस येईल हे ध्यानीमनी पण नव्हतं. पुढं काय वाढून ठेवलंय देव जाणे. शाल्वी गेली ती गेली. पाठीमागं नको तो

उपद्व्याप लावून गेली.

शाल्वी... सुनीताबाईंची एकुलती एक मुलगी. इलेक्ट्रॉनिक इंजिनीयर होण्याची मुलीची इच्छा. त्यासाठी शाल्वीला पुण्याला कॉलेजला घातली. पहिल्या वर्षात मेरिटमध्ये आली. खूप आनंद झाला. आपण केलेल्या संस्कारांचा रिझल्ट आहे असं सुनीताबाईंना वाटलं. त्यांनी शाल्वीच्या पाठीवर थाप मारली. तिला गिफ्ट म्हणून काय हवंय ते विचारलं. मग शाल्वीनं मोबाईल हवा असं सांगितलं. सुनीताबाईंनी तिला चांगला स्मार्टफोन घेऊन दिला. शाल्वी पुण्यात शिकू लागली.

पुण्याहून कधीतरी शाल्वी घरी यायची. येईल त्यावेळी ती फेसबुक बघत असायची. चॅटींग करत असायची. बघंल तेव्हा मोबाईलमध्ये तोंड खुपसून बसायची, पण मॉडर्न मुली ह्या अशाच, म्हणून सुनीताबाई लक्ष द्यायच्या नाहीत.

रविवार होता. कालच शाल्वी पुण्याहून आली होती. मोबाईल घेऊन दिवसभर बसली होती. रात्री झोपताना आईला म्हणाली, "आई, आशुतोष माझा फेसबुक फ्रेंड आहे. तो खूप सुंदर आहे. मला फेसबुकला जॉईन आहे. माझं त्याच्यावर प्रेम आहे."

क्षणभर सुनीताबाईंना धक्का बसला. काय बोलावं हेच सुचंना. राग गिळून सुनीताबाई म्हणाल्या, "शाल्वी असणं आणि दिसणं यात खूप मोठं अंतर असतं. तू त्याच्या प्रोफाईलवर जाऊ नकोस. त्या आभासी दुनियेत काहीही घडू शकतं. पण प्रत्यक्षात असतंच असं नाही. कोण आशुतोष? तू पाहिला आहेस का? त्याच्या दिसण्यावर तू भाळली आहेस. त्याचं कर्तव्य काय? त्याचं करिअर काय?"

शाल्वी म्हणाली, "आई, तू आता शाळेत लेक्चर दिल्यासारखं देऊ नकोस. मला पण थोडंफार कळतं ना? त्याच्या सॅलरीस्लीपसुद्धा त्यानं डाऊनलोड केल्यात. मी क्रॉसचेक करूनच निर्णय घेणार आहे."

शाल्वीनं सुनीताबाईंना आशुतोषचा एफबीवरचा फोटो दाखवला. त्याचा प्रोफाइल दाखवला. त्याच्या काही पोस्ट दाखवल्या. पण तरी सुनीताबाई साशंक होत्या. सुनीताबाई म्हणाल्या, "शाल्वी संसार दिसण्यावर आणि केवळ इनकमवर होत नसतो. संसार हा स्वभावाबरोबर होत असतो. प्रत्यक्षात त्याचा स्वभाव, हेतू माहिती पडल्याशिवाय लग्न करणं धोकादायक असतं."

पण शाल्वी ऐकण्याच्या मनस्थितीत नव्हती. मग सुनीताबाईंनी विचार केला. मुलगी इलेक्ट्रॉनिक्सला आहे. तिचं तिला बरंवाईट कळतंय, असं समजून त्या काही बोलल्या नाहीत. सकाळी शाल्वीच्या बाबांना त्यांनी सांगितलं. बाबा तापले. रागानं बडबडायलाच लागले.

"कुणाचा कोण आशुतोष? तो नाशिकचा. शाल्वी सांगलीची. म्हणे फेसबुकवरून कॉन्टॅक्ट झाला. त्याचं रूपांतर लव्हशिपमध्ये झालं. कसलं लव आणि कसलं प्रेम?"

पण सुनीताबाई त्यांना म्हणाल्या, "आता काळ बदललाय, पोरं खूप हुशार झालीत. तुम्ही गप्प बसा. पोरगी जिवाचं काहीतरी बरंवाईट करून घेईल. त्यापेक्षा..."

एके दिवशी शाल्वीनं आशुतोषला फोन केला. त्यांचं फोनवरून काहीतरी बोलणं झालं. रात्री झोपताना शाल्वी सुनीताबाईंना म्हणाली, "आई, ते रजिस्टर पद्धतीनं लग्न करू या असं म्हणतायेत. काय करू या? कारण ती फॉरवर्ड फॅमिली आहे. अत्यंत प्रोग्रेसिव्ह विचार करणारी माणसं आहेत. त्यामुळे मुलगी पाहणं, प्रश्न विचारणं या कालबाह्य गोष्टी ते करणार नाहीत."

मग सुनीताबाई काहीच बोलल्या नाहीत. मुलगी इलेक्ट्रॉनिक इंजिनियर आहे. ती योग्य तोच निर्णय घेणार. रात्री शाल्वीच्या बाबांना सांगितलं, पण शाल्वीचे बाबा म्हणजे वेगळंच रसायन होतं. त्यांना मुंबईतला फ्लॅट आणि नोकरी सोडून कशातच रस नव्हता. ते कायम मुंबईतच नोकरी करत होते. नोकरी आणि पैसा एवढाच त्यांचा छंद. काही सांगितलं, तर एक तर ते भयंकर तापत किंवा त्या गोष्टीकडं साफ दुर्लक्ष करत. ते सुनीताबाईंना म्हणाले, "बघा सर्वांच्या विचारानं."

मुलाकडील इच्छेनुसार रजिस्टर लग्न करण्याचं ठरलं, पण सुनीताबाई साशंक होत्या. मुलाकडील मंडळी रजिस्टर करण्यावर हटून का बसली होती? त्यांना भावकी नाही? पाहुणे नाहीत? का ही माणसं एकटी पडलेली आहेत. सुनीताबाई फार काही बोलल्या नाहीत.

मुलाकडची सहा-सात माणसं आली. मुलाची फॉर्च्युनर गाडी होती. मॉडर्न तीन-चार मित्र सोबत होते. रजिस्टर ऑफिसच्या समोर एसी गाडी उभी होती. त्यातून मित्र आणि आशुतोष उतरलेसुद्धा नाहीत. शिपायाला हजाराची नोट दिली. त्यानं गाडीतच सह्या घेतल्या. लग्न झालं. फॉर्च्युनर गाडीतून शाल्वी निघून गेली.

आई-बाप रडत होते... शाल्वी हसत होती.

शाल्वी सुनीताबाईंच्या काळजाचा तुकडा, पण ती दूर गेली.

पहिल्यांदा कधीतरी फोन यायचा. आम्ही खूश आहोत... घरची लोकं चांगली आहेत... वगैरे. नंतर बरेच दिवस फोन नाही. सुनीताबाईंनी फोन केला, तरी तोकडं बोलणं. आमचं व्यवस्थित चाललंय. मी ठीक आहे. या पलीकडे काही नाही.

रवीच्या जन्माच्या वेळी शाल्वीला माहेरी पाठवली नाही. सुनीताबाई आणि बाबा जाऊन आले. तिच्या घरी ती सुखी असली म्हणजे झालं. मनाची समजूत काढली. पण रवीच्या जन्मानंतर उलटंच होत गेलं. शाल्वीचा फोन यायचा. 'आशुतोष शंका घेतोय, मारहाण करतोय, तुझ्यासारख्या पाच-सहाजणी आहेत म्हणतोय. खर्चाला चार-पाच लाख आईबाबाला द्यायला सांग म्हणतोय, रोज व्हिस्की पितोय. रात्री बारा वाजता येतोय. मला लाईक करत होतीस, तसं आणखी किती जणांना करत होतीस असं विचारतोय.'

...आणि एके दिवशी सासूचा फोन आला. 'अर्जंट या. पोरीला घेऊन जावा.' एवढंच म्हणून फोन कट केला. काळजाचं पाणी-पाणी झालं. सुनीताबाईंनी बहिणीला सांगितलं. भाड्यानं जीप केली. दोघीही नाशिकला गेल्या.

तिथं पोहोचल्या, तर शाल्वीचं प्रेतच बघायला मिळालं. 'टायफॉईड झाला. खूप औषधं केली; पण उपयोग झाला नाही.' सासू सांगत होती.

खोलीतल्या कॉटवर शाल्वी निपचित पडली होती. लग्न झालं, त्यावेळी शाल्वी कर्दळीसारखी टवटवीत होती. भरीव होती. दिसायला गोरीपान होती, पण आता सुरकुतलेल्या चिंधीसारखी निर्जीव होऊन पडली होती. सुनीताबाईंच्या काळजाचा तुकडा उन्मळून पडला होता. त्या प्रेताकडं पाहून सुनीताबाईंना ढवळून आलं. त्या तिथंच कोसळल्या. बहीण धावत आली. त्यांनी सुनीताबाईंच्या तोंडावर पाणी मारलं. थोडं वारं घातलं. मग त्या शुद्धीवर आल्या.

घरात सगळं कोरडं वातावरण होतं. आशुतोष बाहेर बसला होता. चेहऱ्यावर दुःखाचा लवलेशही नव्हता. सासरा माडीवर काहीतरी करत होता. सासू कोरडेपणानं बोलत होती. सुनीताबाईंना वाटलं ही माणसं आहेत की जनावरं? शाल्वीची सासू सांगत होती, 'तिला किती सांगितलं, तरी शाल्वी अंगावरच काढायची. खूप मोठे दवाखाने केले. खूप पैसा खर्च केला, पण आम्हाला यश आलं नाही'. शाल्वीच्या सासूनं डोळ्याला पदर लावला. सुनीताबाई ऐकत होत्या. त्या खिन्न होऊन बसल्या. मनात विचार आला आत्ताच्या आत्ता पोलिसात कळवावं. सासू-सासरा, जावई यांना तुरुंगात खडी फोडायला पाठवावं, परंतु नातवाकडं पाहून त्यांचं मन पालटलं. त्यांनी पोलिसांना कळवलं नाही. त्यांनी नातवाला घेतलं. मुलीचं प्रेत घेतलं. त्या सरळ गावी आल्या.

येताना शेजाऱ्यांनी सांगितलं, "बरं झालं, प्रेत तर न्यायला आलात. जिवंतपणी तिचं लय हाल केलं या लोकांनी. ती फेसबुक वापरायची अशी शंका घेऊन सासूनं आणि तिच्या नवऱ्यानं तिचा हात मिक्सरमध्ये घातला. सगळी बोटं तुटली. त्यातच तुमच्या पोरीला सेप्टीक झालं. बोटं पार नासून गेली होती, पण तिला दवाखान्यात नेलं नाही. रात्रभर ती विव्हळत पडायची. तिचा आवाज येऊ नये म्हणून नवऱ्यानं दोनदा मारली. ती किंचाळत राहिली. तिला फोन वापरायची परवानगी दिली नाही. तुम्हाला फोन करू दिला नाही. दिवसभर आई, आई म्हणून हाक मारायची.' सुनीताबाईंनी आवंढा गिळला. डोळे पुसत त्या गाडीत जाऊन बसल्या.

शाल्वीचे सर्व विधी सुनीताबाईंनी केले.

आता नातवाकडं बघून दिवस काढायचे. सुनीताबाईंनी तोच निर्धार केला. नातवाकडं पाहून त्या दिवस ढकलू लागल्या. नातवाला लहानाचं मोठं करायचं. त्याच्यावर चांगले संस्कार करायचे, असं बरंच काही त्यांनी ठरवलं होतं आणि आज अचानक कोर्टाची नोटीस?

अगदी सकाळी सुनीताबाई वकिलांच्या ऑफिसला गेल्या. त्यांच्या शेजारील गावातच एक वकील राहत होते. ते त्यांचे नातेवाईक होते. सुनीताबाईंनी त्यांना सर्व कागदपत्रे दाखवली. वकील साहेबांनी वाचून पाहिली. नोटीस बघितली. फौजदारी प्रक्रिया संहिता कलम ९७ प्रमाणं नोटीस होती.

सुनीताबाईंना वकील म्हणाले, "जावयानं तुमच्याविरुद्ध केस केली आहे. 'मुलाला तुम्ही बळजबरीनं ताब्यात ठेवलं, पालक म्हणून माझं मूल मला मिळावं,' असा जावयानं कोर्टात अर्ज केला आहे."

सुनीताबाई म्हणाल्या, "वकील साहेब, कसल्याही परिस्थितीत मला नातू सोडायचा नाही. काहीही करा, पण नातवाचा ताबा जावयाकडं जाता कामा नये. त्यांनी शाल्वीचा बळी घेतला. नातवाचा पण घ्यायला कमी करणार नाहीत. त्या माणसांच्या औलादी नाहीत."

सुनीताबाई खूप संतापलेल्या होत्या. वकील म्हणाले, "आपण प्रयत्न करू या. नातू तुमच्याकडेच राहील असं म्हणणं मांडूया. आपली बाजू कोर्टाला पटवून देऊ या, पण तरीही काय आदेश होईल सांगता येणार नाही. शेवटी नैसर्गिक पालकत्व म्हणून बापच असतो. आपण किती भावनिक झालो, तरी कोर्टाला कायद्याप्रमाणंच आदेश द्यावा लागतो."

सुनीताबाईंनी विचारलं, "यावर काहीच पर्याय नाही का?"

वकील म्हणाले, "पर्याय आहे. पण तो लांब पल्ल्याचा आहे. आपण कोर्टाकडून मुलाचं पालकत्व मागू शकतो. मुलाचे पालक तुम्ही आहात असं एकदा जाहीर झाल्यानंतर आपणास मुलाचा ताबा मिळू शकतो. पण पालकत्व जाहीर करण्यासाठी किती वर्षं लागतील तेही सांगता येत नाही."

तारखेच्या दिवशी सुनीताबाईंनी बहिणीला बोलवलं. दोघी मिळून कोर्टात जायचं ठरलं. भाड्याने स्पेशल कार केली. वकिलांना घेऊन त्या नाशिकला गेल्या.

कोर्टात वकीलपत्र दिलं. कोर्टात चांदणे साहेब होते. त्यांनी लगेच दुसऱ्या दिवशीची तारीख दिली. सविस्तर लेखी म्हणणं देण्यास सांगितलं. त्याचवेळी मुलाला कोर्टात हजर करण्यास सांगितलं. सुनीताबाईंच्या स्टाफमधल्या शिक्षकांचे एक नातेवाईक नाशिकमध्येच राहत होते. सुनीताबाई, रवी आणि सुनीताबाईंची बहीण तिथं थांबले. एक दिवस मुक्काम केला.

दुसऱ्या दिवशी रवीला कोर्टात हजर केलं. साहेबांनी रवीला काही प्रश्न विचारले, पण तो सुनीताबाईंना बिलगला होता. कोर्टातलं वातावरण आणि काळ्या कोटातले वकील पाहून तो घाबरून गेला होता.

सुनीताबाईंच्या वकिलांनी म्हणणं मांडलं. त्याच दिवशी युक्तिवाद केला. 'फेसबुक

लव्हमॅरेज, आशुतोषची दारू, पत्नीवर शंका, मारहाण, मिक्सरमध्ये बोटं कापलेली, हाल हाल करून शाल्वीला मारलेलं, आज्जीनं केलेला नातवाचा सांभाळ, त्यासाठी नोकरी सोडलेली, तो एक ताससुद्धा सुनीताबाईंना सोडून राहू शकत नाही. एकदा त्या पुण्याला गेल्या असताना रवीनं काढलेला जोसरा, दोन दिवस तो आयसीयूमध्ये सलाईनवर होता, वगैरे वगैरे'.

चार वाजता साहेब आदेश द्यायला लागले. म्हणाले, "सगळ्या गोष्टी मान्य केल्या, तरी मुलावर कायद्याने बापाचा अधिकार आहे. तुम्ही फारतर कोर्टात पालकत्व मागून घ्या. पण आता मुलाला त्यांच्या स्वाधीन करा."

आदेश ऐकून सुनीताबाईंना रडू कोसळलं. रवीला यातलं काही समजत नव्हतं. ते लेकरू सुनीताबाईंना घट्ट बिलगून बसलं होतं. टकामका इकडंतिकडं पाहत होतं.

कोर्टाच्या आदेशानुसार कॉन्स्टेबल आला. त्यानं मुलाला घेण्याचा प्रयत्न केला, पण बाळ सुनीताबाईना सोडत नव्हतं. कॉन्स्टेबल बाळाला घेऊ लागला, तसं बाळ किंचाळू लागलं. हात-पाय झाडू लागलं. सुनीताबाईंना बाळानं घट्ट मिठी मारली. मग कोर्टाचा शिपाई मदतीला आला. दोघांनी बाळाला ओढून घेतलं. सुनीताबाईंकडं हातवारे करून बाळानं हंबरडा फोडला. बाळ खूप जोरजोरात रडायला लागलं. कोर्ट हॉल हादरला. बाहेरील वकिलांनी जागेवर काम थांबवलं. कोर्ट आवारातले पक्षकार कोर्ट हॉलमध्ये आले. नेमकं काय झालंय? कुणाला समजत नव्हतं. कोर्ट हॉलमध्ये आणि कोर्टाच्या बाहेरसुद्धा गर्दी जमली. कॉन्स्टेबलनं आणि कोर्टाच्या शिपायानं बाळाला आशुतोषच्या स्वाधीन केलं, पण त्याला एकट्यालाही बाळ आवरत नव्हतं. पुन्हा शिपाई आणि कॉन्स्टेबल गेले. त्यांनी बाळाला घेतलं. आवाराच्या बाहेर गाडी उभी होती. तिथपर्यंत गेले. त्यांनी बाळाला आशुतोषच्या गाडीत कोंबलं. आशुतोषनं धाडकन दार बंद केलं. गाडीला स्टार्टर मारून तो निघून गेला.

डायसवरून उठताना साहेबांनी चष्मा काढून डोळे पुसले.

कोर्टातून बाहेर पडताना सुनीताबाई उद्ध्वस्त झालेल्या. उसाच्या घाण्यातून चिपाड बाहेर येतं, तशी सुनीताबाईंची अवस्था झाली होती. शरीरात प्राण आहे की नाही हे पण त्यांना समजत नव्हतं. ढकलल्यागत त्या चालत होत्या. बहिणीनं त्यांना खूप सावरलं, परंतु धक्काच एवढा मोठा होता की त्या आतून पार खचून गेल्या. ड्रायव्हरनं कार परत फिरवली.

नातवाला परस्वाधीन करून सुनीताबाई कारमध्ये बसल्या. कार रस्त्यावर धावू लागली. गाडीत सुन्न वाटत होतं. कुणीच कुणाशी बोलत नव्हतं. सुनीताबाईंच्या डोळ्यांची धार थांबत नव्हती. हुंदक्यावर हुंदके येत राहिले. बहीण त्यांना थोपटत राहिली, पण सुनीताबाईंचं आभाळ फाटलं होतं. तास-दोन तास गेले असतील. गाडी रस्त्यानं पळत होती. सुनीताबाईंचं काळीज जळत होतं. त्या आतून पार कोळपून गेल्या

होत्या. मूर्च्छा आल्यासारख्या डोळे झाकून त्या गप्प पडून राहिल्या.

वकील साहेब सुनीताबाईंच्या बहिणीला म्हणाले, "आपण अपील करू. पालकत्वासाठी अर्जही करू. तुम्ही उद्याच ऑफिसला या. आता वेळ घालवू नका."

गाडी वकील साहेबांच्या घराजवळ आली. त्यातून वकील साहेब उतरले. मग ड्रायव्हरनं गाडी सुनीताबाईंच्या घराकडं वळवली. गाडी घराजवळ पोहोचली. बहिणीनं सुनीताबाईंना उठवलं, पण त्या अर्धवट गुंगीतच होत्या. मग त्यांच्या हाताला धरून खाली उतरवलं. बहिणीनं सुनीताबाईंचा हात खांद्यावर घेतला. त्यांना चालवत चालवत घरी नेऊन झोपवलं. रात्री सुनीताबाईंची तब्येत खूपच खालावली. कालची घटना त्यांच्या मनाला खूप लागली होती. मग बहिणीनं त्यांना दवाखान्यात नेलं. औषध उपचार सुरू केले. या गोष्टीला दोन-तीन महिने होऊन गेले.

एके दिवशी सुनीताबाईंची बहीण वकिलांच्या ऑफिसला गेली. वकील म्हणाले, "आणली का कागदपत्रं? इतका का उशीर? कधी करणार अपील? सुनीताबाई कशा आहेत?"

बहीण म्हणाली, "साहेब अपील करायला नाही आले. तुमची फी द्यायला आलेय. माझ्या बहिणीनं आयुष्यभर एक शिरस्ता पाळला. तिनं कधी कुणाचा रुपया बुडवला नाही."

वकील म्हणाले, "कसली फी? तुम्ही काय लांबचे आहात काय? पाहुणेच आहात ना? तुमचं दुःख ते माझं नाही का? आणि सुनीताबाई कुठं आहेत?"

बहिणीच्या डोळ्यात टचकन पाणी आलं. म्हणाली, "साहेब आपण आल्यावर आठ-दहा दिवसांतच सुनीताबाई गेल्या. शेवटपर्यंत त्या धक्क्यातून सावरल्याच नाहीत. दवाखान्यात नेलं, पण डॉक्टरांचाही काही इलाज चालला नाही."

वकील काही न बोलता सुन्न होऊन ऐकतच राहिले!

राष्ट्रगीत

गावापासून हायस्कूल दोन फर्लांग लांब. चालत जायला बक्कळ अर्धातास लागे. दर शनिवारी सकाळची शाळा. सकाळची म्हणजे बरोबर साडेसात वाजता. पाच मिनिटं उशीर झाला, तरी प्रार्थना चुकायची. मग थंडीच्या पाऱ्यात हातावर छडी बसायची. छडी म्हणजे वेताची काठी. कधीकधी निरगुडीची फोक असायची. हातावर सपकन् बसली, की वळ उठायचा. हाताला मुंग्या यायच्या. पहिला तास संपेपर्यंत त्या मुंग्या जायच्या नाहीत. एकतर सकाळच्या थंडीत उठायला नको वाटायचं, पण शनिवार असला की छडीच्या भीतीनंच जाग यायची. शनिवारी प्रार्थना, परेड आणि राष्ट्रगीत असा कार्यक्रम असे. त्यासाठी दर शनिवारी वेगळे शिक्षक असायचे.

उशिरा येणाऱ्याला शिक्षा देण्याची पद्धत प्रत्येक शिक्षकाची वेगळी असे. पवार सर असले, तर उशिरा येणाऱ्याला फळा पुसण्याच्या डस्टरनंच मार बसायचा. दोन डस्टर मारले, की विद्यार्थ्यांचा हात पिठात बुडवल्यासारखा व्हायचा. त्याच्याभोवती खडूच्या पांढऱ्या धुराचा लोळ उठायचा. कुलकर्णी सर असले, की लाकडी पट्टीनं मारत. कुणा एका विद्यार्थ्याची पट्टी मागून घ्यायचे. दोन-दोन पट्ट्या मारायचे आणि विद्यार्थ्याला वर्गात जाऊन बसा म्हणायचे, पण एसडी सर असले की वेगळीच शिक्षा मिळायची. उशिरा येणाऱ्या सर्व विद्यार्थ्यांना ते एकत्र करायचे. वर्गाबाहेरच थांबवायचे. त्या सर्वांना शाळेला वेढा मारून यायला सांगायचे. पण तो पळत पळत मारायचा. शाळेला वेढा म्हणजे जवळजवळ एक किलोमीटर पळावं लागायचं. त्या पाच-दहा विद्यार्थ्यांपैकी पहिला येईल त्यानं इतरांना कान धरून गालावर जोरात थप्पड मारायची. मग त्यानं वर्गात जाऊन बसायचं. नंतर राहिलेल्यांनी पुन्हा वेढा मारायचा. त्यात पहिला येणाऱ्यानं उरलेल्यांना कान धरून थप्पड मारायची. मग त्यानं वर्गात जाऊन बसायचं. शेवटी राहणाऱ्याचे गाल आणि पाय सुजल्यागत व्हायचे.

एकदा दिन्या आणि मन्या दोघंच उशिरा आले. ते आले त्यावेळी प्रार्थनासुद्धा संपली

होती. खूपच उशीर झाला होता. नेहमीप्रमाणं एसडी सरांनी दोघांना पळायला सांगितलं. मग ते दोघंही पळत गेले, पण नजरेआड गेल्यानंतर चालायला लागले. पुन्हा नजरेसमोर आल्यावर दोघंही जोरात पळायला लागले. दोघांनीही बरोबरीनंच वर्गाच्या पायरीला पाय लावला. दोघंही धापा टाकल्याचं नाटक करत होते. एसडी सरांनी पुन्हा शाळेभोवती वेढा मारून यायला सांगितलं. ते पुन्हा मघासारखंच बरोबरीनं येऊन पायरीला भिडले. आता कुणी कुणाला मारायचं हा प्रश्न पडला. एसडी सरांनी पुन्हा एकदा पळायला सांगितलं. पुन्हा दोघं बरोबरीनं आले. ते दोघं ठरवूनच हे करत होते. एसडी सरांच्या हे लक्षात आलं. एसडी सर म्हणाले, "तुमच्या दोघांच्या पायात एकाच एचपीची मोटर बसवलीय काय रं? दरवेळी दोघं बरोबरीनंच कसं येताय? थांबा आपण प्लॅन बदलू या."

मग एसडी सरांनी येशाला बोलावलं. येशा वर्गात सगळ्यात वेगानं धावणारा विद्यार्थी. सरांनी त्याला यांच्याबरोबर पळायला सांगितलं. येशा अर्थातच सर्वांच्या पुढं आला. मागून येणाऱ्या दिन्या आणि मन्याला गालात थप्पड बसली. पुन्हा पळायला लावलं. मग दिन्या मन्याच्या पुढं पळाला. मार खाऊन वर्गात बसला. नंतर मन्या पळाला. तोही थप्पड खाऊन वर्गात बसला. सगळा वर्ग खोखो हसू लागला.

शनिवारी शाळेत लवकर यावं लागायचं. कारण प्रार्थनेच्या अगोदर प्रत्येक विद्यार्थ्याला काम करावं लागायचं. त्यासाठी विद्यार्थ्यांचे वेगवेगळे ग्रुप केलेले असत. प्रत्येक शनिवारी नवीन ग्रुपची पाळी. चार-पाच पोरांचा एक ग्रुप असायचा. प्रत्येक ग्रुपला महापुरुषांची किंवा वृक्षांची नावं दिलेली असायची. उदाहरणार्थ पिंपळ ग्रुप, आंबा ग्रुप, चिंच ग्रुप. ज्या दिवशी पाळी, त्यादिवशी त्या ग्रुपनं शाळेचं अंगण झाडायचं. कागद, कचरा, पालापाचोळा एकत्र करायचा. वर्ग झाडायचा. तिथला कचरा गोळा करायचा. हा सर्व कचरा एकत्र करून ढीग लावायचा. मग तो पेटवायचा. सर्व कचऱ्याची राख व्हायची. त्यावर पाणी मारायचं. ती ओली राख शाळेभोवतीच्या पिंपळाच्या झाडांच्या बुंध्यांना टाकायची. सगळे हात काळे व्हायचे. कधीकधी टोपी, कपडे कोळशाच्या भट्टीतून बाहेर आल्यागत व्हायचे. जवळच पाण्याची टाकी होती. तिथं 'पाणी कमी वापरा' सांगायला शिपाई मामा तानाजी असायचे. त्यांच्या हातात काठी असायची. मग कमी पाण्यात हात-पाय धुवायचे. ते पुसायला काही नसायचं. ओल्या हातानंच प्रार्थनेला जायचं. प्रार्थनेला रांगेत उभं राहायचं. कास्कर सर दोन विद्यार्थ्यांना पुढं बोलवायचे. ते दोन विद्यार्थी पुढं प्रार्थना म्हणायचे. पाठीमागून सर्व विद्यार्थी प्रार्थना म्हणायचे. शांत स्वरात प्रार्थना सुरू व्हायची. शेवटी राष्ट्रगीत व्हायचं. प्रत्येक शनिवारी हा कार्यक्रम चालायचा. कधीकधी झाडलोट इतकी असायची, की त्या ग्रुपला वर्गामध्ये यायला नऊ वाजायचे.

एका शनिवारी पिंपळ ग्रुपची पाळी होती. त्या ग्रुपचा लीडर राजा शिंदे होता. राजा शिंदेच्या

घरची परिस्थिती अत्यंत गरीब होती. त्याची टोपी कायम फाटलेली असे. त्याला एकच टोपी होती. शाळा सुटली, की टोपीची घडी करून तो पिशवीमध्ये एका बाजूला ठेवत असे. दुसऱ्या दिवशी शाळेत आल्यानंतरच ती टोपी तो बाहेर काढत असे. पण कामाच्या बाबतीत तो सर्वांपेक्षा वेगळा होता. नेमून दिलेलं काम तो मनापासून करत असे.

पिंपळ ग्रुपनं वर्ग झाडून काढला. सगळा कचरा बाहेर आणून टाकला. तोपर्यंत राजानं अंगण साफ केलं. सगळा कचरा शाळेच्या पाठीमागं नेला. तिथं त्या कचऱ्याचा तो ढीग करू लागला. आता ऊन चपचपत होतं. राजाच्या ग्रुपमधले सर्व जण वर्गात जाऊन बसले. राजानं एकट्यानंच तो ढीग पेटवला. खूप उशिरानं तो वर्गात येऊन बसला. तास सुरू झाले. तिसरा तास गणिताचा. बटू सर शिकवत होते. सर नेहमी अगोदर देशप्रेमाच्या गोष्टी सांगत असत. देशरक्षण, देशाच्या सीमा, राष्ट्रध्वज, राष्ट्रगीत. सर भरभरून बोलायचे. आम्ही भारावून जायचो. नंतर सर गणिताकडं वळायचे. ते फळ्यावर गणिताचे प्रमेय लिहायचे. त्यांचं अक्षर वळणदार होतं. मोत्याचे बिंदू पडल्यासारखं त्यांचं अक्षर ठिपकत जायचं. नक्षीदार रांगोळी काढल्यासारखा फळा दिसायचा. गणित सोडवताना सर इतके तल्लीन व्हायचे, की फळा संपल्यानंतर पुढे भिंतीवर काही अंक लिहिले जायचे. मग मागून दिन्या ओरडायचा, 'सर, पुढे खूप खोल दरी आहे. आता पाठीमागं फिरा'. सगळ्या वर्गात हशा उठायचा. मग सर डोळे वटारून सर्वांना शांत करायचे.

त्या दिवशी सर भगतसिंगबद्दल सांगत होते. एवढ्यात स्टाफरूमजवळ गलका ऐकायला आला. सर बाहेर गेले. शाळेच्या मागच्या शेताचा मालक हातात काठी, बरोबर चार पोरं घेऊन आला होता. सकाळी त्याचा कडबा पेटला होता. हजार-बाराशे रुपयांचं नुकसान झालं होतं. कडबा शाळेतल्याच पोरानं पेटवलाय अशी त्याला शंका होती. तो शिव्या देत होता. सरांनी त्याला समजावलं. चौकशी करतो म्हणाले. मग तो शांत झाला. सर वर्गावर आले.

"सकाळी अंगण कुणी झाडलं?"

राजा उभा राहिला. सरांनी विचारलं, "गणपा शिंदेचा कडबा तू पेटवला का?"

राजानं नाही म्हणून मान हालवली. सर म्हणाले, "मग कसा पेटला? राजा काही बोलला नाही."

सरांनी राजाला वर्गाबाहेर काढलं. स्टाफरूममध्ये नेलं. शेतकऱ्यादेखत हातावर वळ उठेपर्यंत मारलं. राजा काहीही बोलत नव्हता. सरांनी गणपा शिंदेला सांगितलं, "आम्ही त्याच्या आई-बापाला बोलावून घेतो. तुम्ही उद्या या. आपण काहीतरी मार्ग काढू."

राजाला घेऊन सर पुन्हा वर्गात आले. त्यांनी पुन्हा एकदा राजाला विचारलं, "खरं सांग, कडबा कुणी पेटवला?"

राजा पुन्हा नाही म्हणाला. सरांनी पुन्हा दोन छड्या मारल्या. उद्या 'बापाला घेऊन ये'

म्हणाले, पण राजा उभाच होता. तो खाली मान घालून रडत होता. बापाला घेऊन यायची त्याला भीती वाटत होती. राजाचा बाप एकदम खवीस. पोराची तक्रार ऐकली, तर तो शाळाच बंद करेल. अगोदरच राजा कसातरी शिकत होता. रविवार आणि सुट्टीच्या दिवशी कामाला जात होता. शाळेची फी, कपडे तो स्वतःच बघत असे. राजानं शिकावं, मोठं व्हावं अशी बापाची अपेक्षा नव्हती. त्यानं शेती करावी, पैसे मिळवावे आणि ते बापाला द्यावे, अशी त्याची अपेक्षा होती. त्यामुळे पोरगा शिकला काय आणि न शिकला काय त्याला काही फरक पडत नसे. आज झालेली तक्रार जर कानावर गेली, तर आपली शाळा कायमची बंद होणार. मग रोजगारानं जावं लागणार. राजाच्या डोळ्यापुढं तसंच चित्र दिसू लागलं.

खरं म्हणजे या प्रकरणात राजाची काहीही चूक नव्हती. राजाच्या ग्रुपमध्ये दोघं-तिघं सोबत होते. पण त्यांच्या नादाला न लागता राजानं सर्व काम स्वतःच केलं. पिंपळ ग्रुप मध्ये येशा, आप्प्या, पक्या, सूर्या, आर्या, तान्या, हऱ्या, नाऱ्या इत्यादी पोरं होती. शाळा खेड्यातली. शिकणारी मुलं गरीब. फाटके कपडे. दप्तर आहे, नाही. पुस्तकं निम्मी-अर्धी फाटलेली. परीक्षा जवळ आली, तरी काही पुस्तकांचा पत्ता नसायचा. शिक्षक मात्र प्रामाणिक. शाळेचा निकाल शंभर टक्के लागला पाहिजे. सर्व विद्यार्थी चांगल्या मार्कानं पास झाले पाहिजेत, हाच त्यांचा ध्यास. त्याकरिता मनापासून प्रयत्न. विद्यार्थ्यांना गोड बोलून, तर कधी छडीचा प्रसाद देऊन वठणीवर आणणारे. शिक्षणाचा हेतू मुलांनी शिकावं. चांगले मार्क पाडावे आणि उनाडपणा करू नये, हाच असायचा.

एकदा हायस्कूलवर खो-खोचे सामने चालू होते. फक्की टाकून, पाणी मारून ग्राउंड तयार केलं होतं. दिवसभर कास्कर सर व सर्व शिपाई लोक राबत होते. बरोबर एक वाजता सामना सुरू झाला. भरदुपारी आळत्याचा सुदाम पाटील ग्राउंडवर स्लिप होऊन पडला. उजवा हात फ्रॅक्चर झाला. तोंडातून रक्त यायला लागलं. कास्कर सर धावतपळत त्याच्या जवळ गेले. हायस्कूलवरचा फर्स्टएड किट मागवून घेतला. त्याच्या तोंडावरचं संपूर्ण रक्त कापसानं पुसलं. एका विद्यार्थ्याला बोरगावला पाठवून डॉक्टर अर्जुन पाटलांना घेऊन यायला सांगितलं. अर्ध्या-एक तासातच डॉक्टर अर्जुन पाटील आले, परंतु तोपर्यंत सरांचे सगळे कपडे रक्ताने लालभडक झाले होते. डॉक्टरांनी त्याला ड्रेसिंग केलं. पट्टी बांधली. थोड्या वेळानं सरांनी त्याला बाजूला बसवलं. पुन्हा खेळ सुरू झाला. नंतर तो विद्यार्थी बरा होईपर्यंत कास्कर सर रोज त्याच्या घरी जात होते.

शाळेच्याभोवती मोठं पटांगण. चहूबाजूंनी कमी पाण्यावर येणारी पिंपळासारखी झाडं. त्या झाडांना घागरीनं पाणी घालावं लागत असे. शाळेच्यामागं हॉलीबॉलचं ग्राउंड. पांढरी फक्की मारून चौकोनात आखलेले. त्या पलीकडं गादीवाफे करून भाजीपाला लावलेलं छोटं शेत. तेही विद्यार्थ्यांकडूनच करून घेतलेलं. कार्यानुभव तासाला शेतीच्या कार्याचा

अनुभव येण्यासाठी वगैरे. त्याला लागूनच गावकऱ्यांची शेतीवाडी. गावकऱ्यांची कायम तक्रार. कधी आंबे चोरले म्हणून, तर कधी जांभळं पाडली म्हणून, कधी काकड्या काढल्या म्हणून, तर कधी गाजरं नेली म्हणून. शिक्षक कंटाळून जायचे, पण ते त्यांच्या सवयीचं झालं होतं. पोरं वळण नसलेली, पण निष्पाप मनाची. निरागस बाण्याची. त्यांच्या मनाला येईल तसं मनापासून वागणारी. चुकलं तर वाईट वाटून घेणारी. फाटक्यातुटक्या शेतकरी कुटूंबातून आलेली. कधीकधी परीक्षाफॉर्म भरायलाही पैसे नसायचे.

सातवीत असताना लिंबाच्या आंदाला परीक्षाफॉर्म भरायला पैसे नव्हते. ही बातमी कुठून तरी कास्कर सरांना समजली. सरांनी स्वतःकडचे पैसे दिले. त्याला फॉर्म भरायला मदत केली. सातवी पास झाला, त्यावेळी आंदा कास्कर सरांच्या पाया पडला. त्याचे डोळे डबडबून आले होते.

परीक्षा जवळ आली, की शाळेतच झोपायला जावं लागत असे. कारण मुलं घरी अभ्यास करत नसत. घरी अभ्यास करून घ्यायला कुणी नसे. सगळ्यांचेच आई-वडील अशिक्षित. मग शिक्षकच अभ्यास करून घ्यायचे. त्यासाठी रात्री शाळेतच जावं लागायचं. मुलींना तेवढी सूट मिळे. पण त्यांना दुपटीचा अभ्यास दिला जात असे. घरून करून आणायचा. दुसऱ्या दिवशी तो तपासला जात असे. अभ्यास पुरा झाला नसल्यास शिक्षा मिळत असे.

एकदा असाच मुलींना घरी करण्यासाठी अभ्यास दिला होता. मीनाच्या ते लक्षातच नव्हतं. मीना दुसऱ्या दिवशी तशीच आली. तिनं अभ्यासच केला नव्हता. वर्गात आल्यानंतर शिक्षकांनी प्रत्येकाला अभ्यास दाखवायला सांगितला. त्यावेळी कात्रे सर होते. सरांनी प्रत्येकाचा अभ्यास तपासला. पाहतात तर मीनाचा अभ्यास अपुरा. मग त्यांनी तिला बेंचवर उभा राहण्याची शिक्षा दिली. तास संपेपर्यंत बेंचवर उभा राहायचं. उंच उंटावर बसून पाहणी करतेय असं तिला वाटत होतं. मुलं बघून फिदीफिदी हसत होती.

शाळेत सर शिकवत होते. त्याकडं मुलांचंही लक्ष लागलं नाही. मीनालाही काही समजलं नाही. तिला खूप शरमिंदं वाटलं. मात्र नंतर कधीही तिचा अभ्यास चुकला नाही. पुढं मीना दहावीला मेरिटमध्ये आली. नंतर ती प्राथमिक आरोग्यकेंद्रात चांगल्या पदावर नोकरीला लागली. कात्रे सरांच्या शिक्षेमुळेच मला यश मिळालं, असं ती कायम म्हणते.

दहावीची परीक्षा जवळ आलेली. सर्व विद्यार्थ्यांना शाळेमध्ये नोटीस आली. त्यावेळी शाळेमध्ये नोटीस देण्याची पद्धत होती. एक शिपाई नोटीस म्हणजे वही घेऊन येत असे. शाळेत जे शिक्षक हजर असायचे ते नोटीस वाचून दाखवायचे. 'सर्व विद्यार्थी-विद्यार्थिनींना कळविण्यात येते की, आपली वार्षिक परीक्षा जवळ आलेली आहे. यावर्षी आपल्या शाळेचा निकाल शंभर टक्के लागला पाहिजे असा आदेश आहे. त्यामुळे उद्यापासून

सायंकाळी सर्वांनी अभ्यासासाठी शाळेत यायचे आहे. येताना आपले अंथरूण-पांघरूण आणि दिवा, कंदील घेऊन यायचे आहे. आपले दप्तर येथेच ठेवून जायचे आहे.'

दुसऱ्या दिवशी सर्व विद्यार्थी आले. सोबत दिवे, दप्तर, अंथरूण-पांघरूण घेऊन आले. आता परीक्षा होईपर्यंत शाळेतच मुक्काम. गावाकडून जेवणाचे डबे पोहोच करण्याची व्यवस्था होती. शाळेच्या पाठीमागं उघड्या रानात प्रातर्विधी. बोरींगच्या पाण्यात अंघोळ. तिथंच कपडे धुवायचे. झाडावर वाळत टाकायचे.

प्रत्येक दिवशी एक शिक्षक मुक्कामाला असत. ते सर्व विद्यार्थ्यांचा अभ्यास घेत. भिंतीच्या कडेनं सर्व जण ओळीनं अंथरूण टाकत. भिंतीला लागूनच दिवा ठेवलेला असे. रॉकेलचा दिवा. सगळा वर्ग धुरानं भरून जात असे. सकाळी उठल्यावर नाकात बोट घातलं, तर काळकुट्ट व्हायचं. कोण झोपतंय, कोण अभ्यास करतंय याची शिक्षक नोंद घ्यायचे. रात्रभर नुसती टेहळणी करायचे. पेंगत असला, तर सपकन् पाठीवर छडी बसायची. कधीकधी मध्येच प्रश्न विचारला जायचा. त्याचं उत्तर नाही आलं, तरी मार मिळायचा.

एके दिवशी एसडी सरांची पाळी होती. ते नेहमीप्रमाणं आले. एसडी सरांचं आणखी एक वैशिष्ट्य म्हणजे त्यांना भजनाचा नाद होता. ज्या दिवशी एकादशी त्या दिवशी गावी भजन असायचं. शाळा गावापासून फर्लांगभर दूर होती. आजूबाजूच्या दोन-चार गावांत एकच शाळा. त्या त्या गावातून विद्यार्थी यायचे.

त्या दिवशी एकादशी होती. एसडी सर आले. पण त्यांना भजनाला जायचं होतं. त्यांनी अभ्यास सांगितला. दिवे लावून विद्यार्थी अभ्यास करू लागले. संध्याकाळच्या अभ्यासाचं आणखी एक वैशिष्ट्य असे. विद्यार्थी भिंतीकडं तोंड करून बसत. पाठीमागं शिक्षक बसत. प्रत्येक विद्यार्थी कसा अभ्यास करतो आहे ते शिक्षकाला कळायचं, पण शिक्षक काय करतात हे विद्यार्थ्याला समजत नसे. ते झोपले आहेत की बाहेर गेले आहेत हे दिसत नसे. कुठल्याच विद्यार्थ्याला ते कळत नसायचं.

त्यादिवशी एसडी सरांनी अभ्यास सांगितला. बराच वेळ पाठीमागं बसले. नंतर गपचूप भजनाला निघून गेले.

पक्याच्या ते लक्षात आलं. एसडी सर भजनाला गेलेत. ते परत येणार नाहीत याची खात्री झाल्यावर काय विचारता? मुलांचा दंगा सुरू झाला. मग कुणी दिवेच विझवले. कुणी उशा फेकल्या. कुणी अंथरूण विस्कटलं. काही जणांनी तर वर्गातले सगळे बेंच एका कोपऱ्यात एकावर एक रचले. वर्गातच मैदान केलं. जागा मोकळी केली. मग कुणीतरी गाणं म्हणायला सुरुवात केली. बाकीचे डान्स करायला लागले.

त्यावेळी आमच्या वर्गात एकमेव गायक म्हणजे जयवंत होता. जयवंत गायक म्हणून प्रसिद्ध होता. त्यानं 'मेरे अंगने में, तुम्हारा क्या काम है?' हे गाणं म्हणायला सुरुवात केली. त्याचं ते फेवरेट गाणं होतं. तर सीतारामनं ढोलकीसारखा बेंच वाजवायला सुरुवात

केली.

कोपऱ्यात रचलेल्या शेवटच्या बेंचवर पक्या चढला. त्याला पर्वतावर चढल्याचा आनंद झाला. तिथं तो डान्स करू लागला. बघता बघता सगळा वर्ग डान्सक्लब झाला. सगळा वर्ग गाणी आणि डान्स यात रंगून गेला.

एवढ्यात कुठूनतरी बॅटरीचा झोत पडला. शाळेमागच्या वस्तीवरून कुणीतरी आलं असेल असं काही जणांना वाटलं. कदाचित कुठल्यातरी विद्यार्थ्याकडं पण बॅटरी असेल म्हणून सगळे दुर्लक्ष करत होते.

पण बघता बघता बॅटरी वर्गात आली. इकडून तिकडं झोत पडला. बॅटरीवाला कोण आहे समजत नव्हतं. ढिगातल्या शेवटच्या बेंचवर पका नाचत होता. तेथेही झोत पडला. वर्गातही सगळीकडं झोत फिरला. वर्गात प्रकाश पडला. तर सीन असा... वर्गात मोकळ्या जागेत पोरं डान्स करत आहेत. जयवंत गाणं म्हणतोय. सीताराम बेंच वाजवतोय. पक्या शेवटच्या बेंचवर उभा राहून डान्स करतोय. बॅटरीचा झोत पक्याच्या तोंडावर पडला आणि मागून आवाज आला, "कोण आहे रे तो?"

पका म्हणाला, "तुझा बा आहे. कोण पाहिजे तुला?"

बॅटरीचा झोत पुढं पुढं आला. आता तो पकाच्या अगदी जवळ आला. पकाच्या चेहऱ्यावर उजेड पडून तो परावर्तित झाला. त्या परावर्तित प्रकाशात पक्याला जे दिसलं, ते पाहून पक्या गारच झाला. ते एसडी सर होते. त्या दिवशी भजन रद्द झाल्यामुळे एसडी सर परत आले होते. परत येतात तर शाळेत हा खेळ सुरू होता.

पका, जयवंत, सीताराम, सत्या यांची ही असली गँग. या सगळ्यांच्या ग्रुपचा लीडर राजा होता. या वांड पोरांच्या नादी न लागता राजा एकटाच काम करत असे. त्या दिवशी कचरा पेटवण्याचं काम राजानं एकट्यानंच केलं. कारण यातली वांड पोरं काम निम्मं सोडून परत आली होती. बापाला शाळेत आणण्याच्या भीतीनं राजा बोलता झाला.

राजा सांगायला लागला.

"सर, नेहमीप्रमाणं आम्ही अंगण झाडलं. शाळेमागं कचरा गोळा केला. त्याचा ढीग केला. तो पेटवला. एवढ्यात प्रार्थना सुरू झाली. ग्रुपमधली सगळी पोरं प्रार्थनेला गेली. मात्र आग भडकेल म्हणून मी तिथंच उभा होतो. बघता बघता आग पसरली. मी विझवायला लागलो. तरीही ती गंजीपर्यंत गेली. मी जोरात विझवायला लागलो, पण एवढ्यात राष्ट्रगीत सुरू झालं. तुम्ही सांगितलं होतं, 'राष्ट्रगीताला स्तब्ध उभं राहायचं असतं. राष्ट्रगीत चालू असताना हालचाल करणं म्हणजे राष्ट्रगीताचा अपमान असतो.' त्यामुळं मी स्तब्ध उभा राहिलो. गंजीचा कडबा पेटताना मला दिसला, पण राष्ट्रगीताचा अपमान नको म्हणून मी उभाच राहिलो. तुमची आज्ञा मी तंतोतंत पाळली, सर. माझी काहीही चूक नाही सर. मला वडिलांना शाळेत घेऊन यायला सांगितलं, तर ते माझी शाळा बंद करतील."

राजाला पुन्हा रडू आलं. डोळे पुसत तो तसाच उभा राहिला. वर्ग शांत झाला. सर्व विद्यार्थी खाली मान घालून ऐकत होते. सरांचे डोळे डबडबले. सरांनी राजाला जवळ घेतलं. म्हणाले, "हे अगोदरच का नाही सांगितलं? इतका मार खायची गरज होती का?"

एका विद्यार्थ्याला शाळेच्या मागं पाठवून, त्या शेतकऱ्याला बोलावून घेतलं. शेतकरी वर्गात आला. सर त्याला म्हणाले, "हे बघा, मी माझ्या विद्यार्थ्यांच्या वतीनं तुमची माफी मागतो. तुमचं नुकसान झालंय, तर हे घ्या पैसे."

सरांनी नोटांचं पुडकं शेतकऱ्यापुढं धरलं. तो अवाक् झाला. म्हणाला, "मास्तर तुम्ही का म्हणून पैसे देताय? ज्यानं कडबा पेटवला, त्याच्याकडूनच मी पैसे घेणार. तुमच्या शाळेतली कार्टी शहाणी नाहीत. एकाला तरी अशी शिक्षा होऊ द्या. मग सगळी वळणावर येतील."

सरांनी त्याला वर्गाबाहेर नेले. सर्व हकीकत सांगितली.

राजाच्या आज्ञाधारकपणानं तोही भारावला. त्यानं ते पैसे स्वीकारले नाहीत.

पुढं राजा कित्येक जणांना सांगायचा, "सरांनी माझ्यासाठी गणपा शिंदेची माफी मागितली. सरांनी त्यादिवशी माझ्या घरी सांगितलं असतं, तर माझं शिक्षण बंद झालं असतं. आज मी ज्या पदावर आहे ते केवळ सरांमुळेच आहे. बटू सरच नव्हे, तर आरएस पाटील सर, एसडी सर, पवार सर, मुल्ला सर, कास्कर सर, कात्रे सर, शिंदे सर, आत्तार सर, कुलकर्णी सर, नलवडे मॅडम, सुतार सर, डोळ सर या सर्वांच्या शिक्षणामुळेच मी इथपर्यंत आलो आहे."

राजा आता इंडियन नेव्हीत अंदमानला असतो. कधीकधी त्याचा फोन येतो. गावी आलं, की सरांना भेटायचं आहे. त्यांना घरी घेऊन जायचं आहे. त्यांच्यासाठी मी छान ड्रेस घेतला आहे. काल त्याचा फोन आला. गमतीनं म्हणाला, "मला पुन्हा एकदा सातवीच्या वर्गात जाऊन बसावं वाटतंय. आपल्या वर्गातील सर्वांनाच बोलवूया. आणखी एकदा जुन्या बेंचवर एक दिवस काढूया."

मी हसत हसत ठीक आहे म्हणालो. मलाही वाटतं, जुन्या बेंचवर बसावं. सरांनी शिकवायला यावं. गणिताचा, समाजशास्त्राचा तास घ्यावा. हातावर छड्या माराव्या. शाळेच्या पटांगणात एक दिवस घालवावा. आणखी एकदा शाळेच्यामागं कचरा पेटवावा. नंतर शाळेच्यापुढेच पटांगणात राष्ट्रगीताला उभं राहावं.

मी त्या दिवसाची वाट पाहत आहे!

गैरसमज

लकूदादानं घर बांधायला काढलं होतं. घराचं कॉन्ट्रॅक्ट गावातल्याच इंजिनीयरला दिलं होतं. दोन मजली घर आणि कंपाउंड करून देण्याची जबाबदारी इंजिनीयरची होती. तसा करारही झाला होता.

लकूदादा पंधरा वर्षं औरंगाबादला होता. गावाकडं आलं, तरी मळ्यात पत्र्याच्या शेडमध्ये राहावं लागत असे. गावी घर असं नव्हतं. म्हणून यंदा घर बांधायचं ठरवलं होतं. पाया काढून झाला होता आणि आज अचानक कोर्टाची नोटीस आली.

लकूदादा अगोदरच काळजीनं खंगला होता. त्याला तशी शंका येत होतीच. भावाची पोरं घात करतील. ती शहाणी नाहीत. त्यांना कुणीही समजावलं तरी पटत नाही. गेली आठ-दहा वर्षं हाच खेळ चालू आहे. सारख्या तक्रारी. निमताला मंगळवार. वडाचं तेल वांग्यावर. नुसता वैताग आणलेला आणि आज तसंच झालं. भावाच्या पोरांनी कोर्टात दावा दाखल केला. बांधकामाला स्टे द्यायला नोटीस पाठवली.

लकूदादाला दोन भाऊ होते. एक नामा. तो गावातील शेती करायचा. दुसरा संभा. दहा वर्षांपूर्वी तो वारला. त्याला दोन मुलं आणि एक मुलगी होती. लकूदादा आणि नामा एकत्र राहत होते. आई आणि आण्णा त्यांच्याकडंच होते. संभा अगोदरच वेगळा राहिलेला. संभा मयत झाल्यानंतर त्याची मुलं त्याचा कारभार पाहत होती.

लकूदादा सर्वात थोरला. शेतीला पाणी नाही. शाळा शिकायला पैसे नाहीत, म्हणून मामानं औरंगाबादला नेलं. तिथं थोडीफार शाळा शिकवली, पण नोकरी लागत नव्हती. मग मामानंच रिक्षा घेऊन दिली. रिक्षावर 'नागीण' नाव टाकलेलं. औरंगाबादमध्ये लकूदादा रिक्षाचा धंदा करू लागला. दिवसभर नागीण फिरवायची. रात्री कधी दहा, तर कधी अकरा वाजायचे. लकूदादा रात्रंदिवस कष्ट करत होता. नामा गावाकडं शेती करत होता. धाकटा संभा शाळेत जात होता. कधीतरी लकूदादा गावाकडं यायचा. चार दिवस

थांबायचा. संध्याकाळी जेवताना संभाला म्हणायचा, "तू शाळा शिक. मोठा हो. घराचं नाव काढ. तुला ऑफिसर झालेलं आम्हाला बघायचं आहे. मी पैसा कमी पडू देणार नाही. नामा घरचा व्याप सांभाळतोय. तू मागची काळजी करू नकोस. फक्त शिकत राहा."

संभा ऐकून घेत असे. पण घुम्यागत गप्प बसायचा. मनातलं काहीच सांगायचा नाही. त्याच्या मनात नक्की काय चाललंय, हे लकूदादाला पण कळत नसे. नामाशी तर तो काहीच बोलत नसे, पण तरीही लकूदादा त्याला काहीही कमी पडू देत नसे. आपल्या घरात एक तरी ऑफिसर झालेला लकूदादाला पाहायचं होतं.

संभा कॉलेजला जाऊ लागला. लागतील तसे पैसे लकूदादाला मागू लागला. धाकला भाऊ उच्च शिक्षण घेतोय, कॉलेजला जातोय. लकूदादाला खूप अभिमान वाटायचा. नागीण फिरवून आलेले पैसे भावाला द्यायचा. आपण जास्त शिकलो नाही. भाऊ तर शिकू दे, मोठा होऊ दे. ही त्यामागची भावना असायची. एकदा संभानं लकूदादाला फोन केला. म्हणाला, "पाच हजार पाठव, कॉलेजच्या निवडणुकीत सीआरला उभा राहिलोय."

लकूदादा म्हणाला, "कशाला आपल्याला निवडणूक पाहिजे? चांगला शिक. पास हो. नोकरीचं बघ."

पण संभानं ऐकलं नाही. म्हणाला, "सगळ्या पोरांचा आग्रह आहे. शिवाय कॉलेजचे हे दिवस पुन्हा येणार आहेत काय आयुष्यात?"

लकूदादानं ऐकून घेतलं. कॉलेज शिकणारा संभा सांगतोय म्हणजे खरंच आहे असं त्याला वाटलं. पण एवढे पैसे जवळ नव्हते. मग लकूदादानं कर्ज काढायचं ठरवलं. पण बँका ओळखीच्या नव्हत्या. कुठल्या संस्था ओळखीच्या नव्हत्या. मग लकूदादानं मामाला ही अडचण सांगितली. मामा लकूदादाला बँकेत घेऊन गेला. लकूदादानं कर्ज काढलं. संभाला पैसे पाठवले.

दिवस असेच जात होते. लकूदादा नागीण फिरवत होता. रात्रीचा दिवस करत होता. वेळ विसरून काम करत होता.

एके दिवशी नामानं लकूदादाला फोन केला. म्हणाला, "संभाकडे ध्यान दे. तो उनाडक्या करतोय. दारू पितोय. त्याचं बरंच कायबाय कानावर येतंय. तू लवकर ये. आल्यावर त्याला दोन गोष्टी सांग."

नामाचा फोन ऐकून लकूदादाला वाईट वाटलं. संताप आला. आजच जावं आणि त्याचं नक्की काय चाललंय ते पाहावं असं वाटलं, पण औरंगाबादपासून गाव खूप लांब होतं. जाणं-येणं खूप खर्चिक होतं. शिवाय दोन-तीन दिवस रिक्षाचं भाडंही बुडणार होतं. दिवाळीला आपण जाणारच आहोत, तर त्यावेळी सोक्षमोक्ष लावू असा त्यानं विचार केला.

दिवाळीला लकूदादा गावाकडं आला. सण झाल्यावर एके दिवशी तो संभाला म्हणाला, "मला ऐकायला मिळतंय ते खरं आहे का?"

संभा म्हणाला, "कुणी सांगितलं? नामानंच सांगितलं असणार. त्याला चाड्या करायची सवयच आहे. तू त्याचं काहीही ऐकू नकोस. मला काहीच कळत नाही का? तू किती कष्ट करतोयस? कसे पैसे पाठवतोस? मला माहीत नाही का? पण नामाला मी कसं समजावणार? तो प्रत्येक गोष्टीला मला धारेवर धरतो."

संभानं लकूदादालाच उलट समजावलं. लकूदादालापण ते पटलं. भावाभावांत किरकोळ तक्रार चालणारच असं त्याला वाटलं. त्यानं नामाच्या सांगण्याकडं दुर्लक्ष केलं.

दिवाळीचा सण संपला. एके दिवशी लकूदादा परत औरंगाबादला गेला.

लकूदादा गेला आणि संभा नामाबरोबर बोलायचाच बंद झाला. एका घरात असूनही बोलत नव्हता. नुसता खुन्नस घेऊन बघत होता. नामा संभाला त्याच्या चांगल्यासाठी सांगत होता. संभानं शिकावं, मोठं व्हावं हीच त्याची भावना होती, पण संभाला ते पटत नव्हतं. त्याच्या उनाडक्या नामानं लकूदादाला सांगू नयेत असं त्याला वाटत होतं. नामा मात्र प्रामाणिक होता. लकूदादा कष्ट करून संभाला पैसे देतोय याची त्याला जाण होती. म्हणूनच संभाचं वागणं त्याला खटकत होतं. कसातरी संभा कॉलेजला जात होता. उभ्या वणव्यानं शिकत होता. बऱ्याच वेळा दांड्या मारत होता. घरी काही कामधंदा करत नव्हता. कधी एका विषयात, कधी दोन विषयांत नापास होत होता. रडतखडत तो एकदाचा पदवीधर झाला.

संभा पदवीधर झाला, पण त्याची चिन्हं बघून कुणालाच आनंद झाला नाही. तो घरातलं काम करत नव्हता. पांढरी कापडं घालून शेतात जायचा. नुसताच फिरून यायचा. इकडची काडी तिकडं करायचा नाही. दोन-तीन वर्षं अशीच गेली.

आता लकूदादाचं लग्नाचं वय झालं होतं. मामा लग्नाकरता फिरत होता. लकूदादाची परिस्थितीही बरी झाली होती. रिक्षा फिरवून चार रुपयांची कमाई होत होती. नामा तिकडं शेतीवाडी करत होता. त्यामुळे मामानं लग्नात लक्ष घातलं होतं. लकूदादा आणि नामा दोघांचंही लग्न जमणं गरजेचं होतं. मामानं भाच्यांची सगळी जबाबदारी घेतली होती. त्यामुळे मामा दोघांनाही मुली पाहत होता. मामानं दोन-तीन महिने शोधाशोध केली.

दूरच्या नातलगांमध्ये स्थळं सापडली. मामानं लकूदादा आणि नामा यांचं लग्न एकाच वेळी ठरवलं. नामाचं आणि लकूदादाचं लग्न गावी करायचं ठरलं. आई-अण्णांची तीच इच्छा होती. लकूदादाला पण तसंच वाटत होतं. आयुष्य मामाच्या गावी काढलं. आता निदान लग्न तरी गावात व्हायला हवं. लकूदादा काय करतोय ते गावालापण कळायला हवं.

दोघांची लग्नं एकाच मांडवात करायची ठरली. पैसा वाचेल, वेळही वाचेल. मामानंच तसा आग्रह धरला होता. मामानं दोन्हीकडच्या पाहुण्यांना बोलावलं. लग्नाची वेळ ठरवली. ठिकाण तर अगोदरच ठरलं होतं.

लकूदादाच्या दारात भव्य मंडप घातला. दोन गावची वऱ्हाडी मंडळी येणार म्हणून मोठी व्यवस्था केली. पाहुण्यांबरोबरच गावातील सर्वांना गावजेवण घातलं. दहा-पंधरा दिवस सर्वांची धावपळ झाली. मामा तर औरंगाबादहून खास लग्नाकरिता गावी आला होता. पंधरा दिवस तो लकूदादाच्या गावीच राहिला. लकूदादाची आईची परिस्थिती गरिबीची होती. त्यामुळे मामाचा पहिल्यापासूनच बहिणीवर जीव होता. लकूदादा आणि नामाचं लग्न करून देण्यामागची हीच भूमिका होती.

लग्नसमारंभ पार पडला. सर्व पाहुणे मंडळी जिकडंतिकडं झाली. लग्नाची पूजा झाली. मामा औरंगाबादला निघून गेले. थोड्याच दिवसात लकूदादासुद्धा बायकोला घेऊन औरंगाबादला गेला.

नामा आई-वडिलांजवळ गावातच राहू लागला. तो नेहमीप्रमाणं शेतात कष्ट करू लागला. दिवस उगवायला शेतात जावं. वैरणकाडी करावी. शेणघाण काढावं. दूध घेऊन गावाकडं यावं. अंघोळपाणी करून पुन्हा शेताकडं जावं. नामाचा असा नित्यनेम ठरलेला होता. आता दोन जादा माणसं घरी आली होती. खर्चही वाढला होता. त्यामुळे नामा प्रामाणिकपणं शेतात राबत होता. दोन-तीन जनावरं होती. त्यांची वैरणकाडी करणं, त्यांचं धारापाणी करणं यांबाबत तो कधीही चुकारपणा करायचा नाही.

एके दिवशी नामा शेतात वैरण काढत होता. सकाळची वेळ होती. शेतात सामसूम होती. पिकं खाली मान घालून उभी होती. नामाची वैरण काढायची वेळ झाली. तो बिंडा बांधायला लागला. अचानक पलीकडच्या जोंधळ्यात खुसखुस ऐकायला आली. त्यानं बिंडा तिथंच सोडला. पुढं जाऊन बघतोय, तर जोंधळ्याच्या पिकात रकीला घेऊन संभा बसलेला. त्यांची कुजबुज चाललेली. नामाच्या काळजात चर्रर झालं. तो तसाच माघारी फिरला. बिंडा उचलून गोठ्यात आला. गुरांना वैरण टाकून घरी आला. लकूदादाला फोन केला. सगळा प्रकार सांगितला.

रकी गावातीलच एक विधवा बाई होती. तिला दोन मुलं होती. पण ती पहिल्यापासूनच बाहेरख्याली होती. तिच्यापायीच नवरा मरण पावला होता. रकीचा नवरा कशानं मेला हे कुणालाच माहीत नव्हतं. रकीचा स्वभाव कारणीभूत होता, की त्याला कोणता आजार जडला होता हेही कुणाला समजलं नाही. रकीची दोन्ही मुलं शिक्षण घेत होती, पण नवरा मेल्यापासून रकीच्या वागण्याला धारबंद राहिला नव्हता. तिच्या नादानं गावात एक खूनही झालेला होता.

लकूदादा लगेच गाडीला बसला. त्या रात्रीच घरी आला.

घरी संभा नव्हता. कुठंतरी बाहेर गेला होता. जेवणाची वेळ झाली, तरी तो आला नव्हता. मग सगळी नाईलाजानं जेवली. आता रात्रीचे दहा वाजले होते. तरी संभा आला नव्हता. कुठं जातोय रात्रीचा? येईल थोडाफार उशिरा, म्हणून सगळी झोपली.

दुसऱ्या दिवशी सकाळ झाली, तरी संभा आला नाही. मग मात्र सगळ्यांची शोधाशोध सुरू झाली. पण संभा कुणाला आढळलाच नाही. गावात बातमी पसरली, की संभा रकीला घेऊन पळून गेला आहे. संभाची बातमी लकूदादाला समजली. त्याला खूप वाईट वाटलं. इतकं कष्ट करून त्याला शिकवलं, पण शेवटी तो तर नतदृष्टच निघाला. त्याला कशाची जाण नाही.अब्रूची तर चाड नाहीच. ते जाऊ दे, आई-आण्णाला काय वाटंल याचाही विचार नाही.

लकूदादानं हाय खाल्ली. आण्णा आणि आईची तर बोलतीच बंद झाली. नामा चेहरा पाडून बसलेला. सगळीच दु:खित होऊन बसलेली. मग लकूदादानं ठरवलं. आता औरंगाबाद बस्. गावीच राहायचं. गावी उद्योग-व्यवसाय करायचा. कुटुंबावर आपलं लक्षपण राहील आणि आई-आण्णांना पण सांभाळता येईल.

गावी दहा-पंधरा दिवस राहिल्यानंतर लकूदादा औरंगाबादला गेला. झालेलं प्रकरण मामाला सांगितलं. मामाला तो म्हणाला, "मामा, आता औरंगाबादला राहण्यात अर्थ नाही. त्यापेक्षा गावी जाऊन उद्योग बघितलेला बरा आहे. आई-आण्णाला आधार होईल. तिथंच राहून शेतीवाडी पण बघता येईल."

मामानं लकूदादाच्या म्हणण्याला होकार दिला. त्यानं सगळा पसारा आवरला. बराच पसारा नागीण रिक्षामध्ये भरला. बाकीचं सामान भाड्याच्या पिकपमध्ये भरलं. पत्नीला रिक्षात बसवलं. मामाला निरोप दिला. मामीच्या पाया पडून आशीर्वाद घेतले. रिक्षा आणि सामान घेऊन लकूदादा गावी आला.

लकूदादा गावीच रिक्षा चालवू लागला. राहिलेल्या वेळात शेतात नामाला मदत करू लागला. लकूदादा आणि नामा एका जिवानं राहू लागले. शेतात कष्ट करू लागले. आई-आण्णांना सांभाळू लागले.

लकूदादाला गावी येऊन पाच-सहा महिने उलटले असतील. एके दिवशी संभा आणि रकी दोघं अचानक घरी आले. लकूदादा रानात होता. नामा दूध घालायला गेला होता. नामा आणि लकूदादा घरी येऊन बघतात तर ही दोघं. लकूदादा काहीच बोलला नाही. नामानं तर सरळ शेत गाठलं. संभाच्या निर्लज्जपणाचं लकूदादाला आश्चर्य वाटलं. किती निर्भीडपणानं घरी आलाय. जणू घरासाठी काहीतरी कर्तव्यच पार पाडलंय. मनाची नाही, जनाची तरी लाज वाटायला हवी होती; पण त्यातलं काहीच नाही. त्यांच्याकडं बघून उलट दुसऱ्यांनाच शरम वाटायला लागली.

दिवसभर काम करून लकूदादा आणि नामा घरी आले. घरी सामसूमच होती. लकूदादाच्या पत्नीनं कसातरी स्वयंपाक केला होता. झाल्या प्रकारानं तीसुद्धा बावरून

गेली होती. रात्री लकूदादा, नामा, लकूदादाची पत्नी, नामाची पत्नी एकत्र जेवायला बसले. त्यांनी जेवण केलं. आई-आण्णांनी अगोदरच जेवण केलं होतं. मग सर्व जण झोपण्यासाठी निघून गेले. रात्री दहा वाजता संभा, आई-आण्णांजवळ आला. म्हणाला, "माझं मला वाटून पाहिजे."

आण्णांच्या डोक्याची तिडीकच उठली. आण्णांचा राग अनावर झाला. वाटलं उठावं आणि त्याचं तोंड सडकावं. आण्णा रागानंच त्याला म्हणाले, "तू काय कमवलं म्हणून वाटणी मागतोय रं? तुला लाज नाही का वाटत?"

तशी रकी पुढे आली. ती म्हणाली, "माझ्या नवऱ्याला बोलायचं काम नाही. ते वडिलार्जित मिळकतीत वाटणी मागत आहेत. तुम्ही तर कुठं स्वतः कमावलीय?"

आण्णांचा आवाज ऐकून लकूदादा आणि नामा बाहेर आले. ते आल्याचं बघून संभा थोडा बावरला, पण रकी मात्र बेडरपणानं तशीच उभा होती. आता रात्री तोंडाला तोंड देत बसण्यात अर्थ नव्हता. संभानं तर अब्रू कमरेला गुंडाळली होती. म्हणून आपणास तसं करून चालणार नाही. लकूदादानं सर्वांना शांत केलं. म्हणाला, "उद्या सकाळी यावर चर्चा करून तोडगा काढू या. आता सर्व जण झोपायला जावा."

लकूदादाचं ऐकून सर्व जण झोपायला गेले. त्या दिवशी आण्णा आणि आई झोपलेच नाहीत. त्यांच्या जिवाला यातना झाल्या. आपल्या पोटाला असलं कसलं जन्माला आलं? असं वाटू लागलं. त्यानं कुणाला सरळ जगू दिलं नाही. थोरल्याला नाही, नामाला नाही, आई-बापाला तर नाहीच नाही. आता कुठं सगळं सुरळीत झालं होतं. लकूदादाचं आणि नामाचं लग्न झालं होतं. सुना आल्या होत्या. दोघंही चांगले कमवत होते. धाकल्याचे पण व्यवस्थित झालं असतं पण...

आण्णा रात्रभर विचारच करत होते. आई तर नुसती तळमळत होती. दुसऱ्या दिवशी लकूदादा सरपंचाकडं गेला. घडलेली सगळी हकीकत सांगितली. म्हणाला, "संभाला मूठभर मातीसुद्धा द्यायची आमची इच्छा नाही. त्यानं आमच्या घराची अब्रू पार धुळीला मिळवली. त्याला दारात पण उभा करणार नाही. आजच त्याला हाकलून लावणार आहे. पण तुमच्या कानावर ही गोष्ट घालावी म्हणून आलो होतो."

सरपंचांनी लकूदादाला समजावून सांगितलं. म्हणाले, "हे बघ लकूदादा, आज ना उद्या त्याचा हिस्सा त्याला द्यावाच लागणार आहे. उद्या कोर्टकचेरी होऊन देण्यापेक्षा आता देऊन टाकलेला बरा. त्यानं शेण खाल्लं म्हणून तुम्ही त्या वाटेला जाऊ नका. उलट तुला सांगेन, होतं ते बऱ्यासाठी. तुमच्या घरातून ही पीडा घालवा. बघा तुम्ही, आत्तापेक्षा जास्त सुधारताय की नाही ते."

सरपंचाचं म्हणणं लकूदादाला पटलं. लकूदादा म्हणाला, "ठीक आहे सरपंच साहेब. पण एक काम करा. आता तुम्हीच वाटप करा आणि आण्णांना मात्र समजावून सांगा. त्यांनी खूपच मनावर घेतलं आहे."

मग एके दिवशी सरपंच घरी आले. त्यांनीच मध्यस्थी केली. कुणाला कुठला हिस्सा द्यायचा हे त्यांनीच ठरवलं. आढेवेढे घेत संभा तयार झाला. रकी मध्ये मध्ये बोलत होती. सरपंचांनी तिला चांगलंच खडसावलं. मग ती गप्प राहिली. वाटप झालं. रेशनिंग कार्ड फुटली. लेखी टाकी झालं. दीड एकर जमीन, गावातील जुनं घर आणि थोडी भांडी घेऊन संभा सवता राहिला.

आण्णांनी या गोष्टीची हाबकीच खाल्ली. धाकट्यानं दिवा लावला. घराण्याचं नाव घालवलं. आण्णांनी जिवाला लावून घेतलं. सरपंचांनी समजावलं. लकूदादानं आधार दिला. नामूनं बोलून पाहिलं, पण आण्णा झुरणीलाच लागले. त्यांना या गोष्टीच पटल्या नाहीत. आयुष्यभर कुटुंबानं, दोन मुलांनी कष्ट केलेलं वाया गेलं असं त्यांना वाटू लागलं. संभाला शिकवावं, मोठं करावं या आपल्या इच्छेनुसार दोन्ही पोरं राबत राहिली. घडल्या गोष्टीला आपणच जबाबदार आहोत असं त्यांना वाटू लागलं. बरं, विधवेबरोबर विवाह करू नये अशा जुन्या विचारसरणीचे आण्णा नव्हते. त्यांना एकच वाटत होतं, त्या विधवेचा संसार उद्ध्वस्त करून असल्या गोष्टी करणं हे अत्यंत वाईट आहे.

आण्णा यातून बाहेर आलेच नाहीत. खचून खचून त्यातच ते गेले.

लकूदादा आणि नामाला धक्का बसला. त्या दोघांचा आण्णांवर फार जीव होता. पण आता काळापुढं इलाज नव्हता.

आण्णांच्या रक्षाविसर्जनाला परिसरातील माणसांनी गर्दी केली होती. आण्णांचा स्वभावच तसा होता. शिवाय त्यांचे भरपूर मित्र आणि जोडलेली माणसं होती. स्मशानभूमीचा परिसर गर्दीनं गजबजला होता. रक्षाविसर्जनाला संभा मात्र कुठं दिसत नव्हता. तो येणार नाही हे गावालापण माहीत होतं. मग त्याची वाट न पाहता रक्षाविसर्जनाचा विधी सुरू झाला.

एवढ्यात संभा झोकांड्या खात आला. त्याला धड चालताही येत नव्हतं. बापाच्या रक्षा विसर्जनाच्या दिवशीही संभानं भरपूर ढोसली होती. लकूदादानं आणि नामानं मात्र त्याच्याकडं पाहिलंही नाही. रक्षाविसर्जनाचा कार्यक्रम पार पडला. सगेसोयरे निघून गेले. आईला घेऊन नामा आणि लकूदादा मळ्यात राहू लागले. आपापला संसार करू लागले. संभाच्या कागाळ्या कानावर यायच्या. 'दारू पिऊन पडलाय, काल जोरात भांडण झालंय, त्याच्याच पोरांनी उचलून घरी नेलंय, फार खंगून गेलाय, दिवस उगवायला प्यायला चालू करतोय, जमीन पण विकली.' असं कायबाय कानावर यायचं. लकूदादाला खूप वाईट वाटायचं. पण...

आणि एके दिवशी दारूतच संभा वारला. दोन मुलं, एक मुलगी सारं मागं टाकून संभा गेला. संभाचं घर वाऱ्यावर आलं. रकीची पूर्वीची दोन मुलं देशोधडीला लागली होती.

आता संभापासून झालेली मुलंही उघड्यावर पडली. लकूदादा आणि नामाला वाईट वाटत होतं, पण काही पर्याय दिसत नव्हता. संभाची दोन्ही पोरं बापाच्याच वळणावर गेली होती. लहानपणापासूनच टवाळक्या करत होती. बापालाच कोणाचा धाक नव्हता, तर मुलांना कुणाचा असणार? संभा गेला. पण पोरांना त्याचं काही सोयरसुतक नव्हतं.

संभा गेल्यावर लकूदादानंच सगळं केलं. कार्यविधी केला. संभा आणि त्याची पोरं कशी का वागेनात. आपण आपलं कर्तव्य करायचं. त्यांचं त्यांच्याबरोबर. आपलं आपल्याबरोबर, असा लकूदादांनी विचार केला. रक्षाविसर्जनापासून तेराव्यापर्यंत सगळ्याला पैसे घातले. पण संभाची पोरं आटून बसली होती. लकूदादाबरोबर एक शब्द बोलली नाहीत.

दोन-चार वर्षं अशीच गेली.

लकूदादानं आणि नामानं काडीला काडी लावून संसार केला. तीन एकर शेत होतं, आता सात एकर झालं. विहीर झाली. पाईपलाईन झाली. अडीच एकर ऊस, अर्धा एकर हळद, चार दुभती जनावरं झाली. फक्त एकच कमी होती, गावात घर नव्हतं. म्हणून लकूदादानं घर बांधायला काढलं आणि आज नोटीस?

लकूदादा भाच्याकडं गेला. भाचा सातारा कोर्टात वकील होता. वकिलांनी नोटीस पाहिली. म्हणाले, "बापानं आयुष्यभर केलं, तेच पोरं करायला लागली आहेत. तुम्ही लय मनाला लावून घेऊ नका. त्या पोरांचा गैरसमज झालेला आहे. पोरांचा गैरसमज की आम्हाला जमीन कमी कशी? आमच्या बापावर अन्याय झालाय. बापानं काय उजेड पाडला यांना कोण सांगणार? आई-बापाला सांभाळलं नाही. अंग मोडून काम केलं नाही. दारूपायी जमीन विकली. तुम्ही दोघं राबत राहिला. हा दारू पित राहिला."

वकील साहेब पुन्हा म्हणाले, "पण घाबरण्याचं कारण नाही. तुम्ही कोर्टात पण येऊ नका. मी सांभाळतो सगळं. बांधकाम थांबवू नका."

भाच्यानं आधार दिला. लकूदादाला भरून आलं.

लकूदादाचं टुमदार घर उभं राहिलं. लकूदादाच्या स्वप्नातला बंगला आकाराला आला. लकूदादानं गावाला जेवण घालून गृहप्रवेश केला.

संभाच्या पोरांचा दावा कोर्टात फेटाळला. आता संभाची पोरं गावभर सांगत सुटलीत, "आमच्या वडिलांवर पहिल्यापासून अन्याय झालाय. ते खूप भोळे होते. सरळमार्गी होते. त्यांना छक्केपंजे जमत नव्हते. थोरल्यानं म्हणजे लकूदादानं त्यांच्या जिवावरच इस्टेट मिळवली. कोर्टकचेरीचं काय खरं नाही. तिथं वलंपण जळतंय आणि वाळलंपण जळतंय!"

रस्ता

पोपट आणि रामाचा वाद विकोपाला गेला होता. दोघं सख्खे भाऊ पण पक्के वैरी झाले होते. दोघांपैकी कुणीच ऐकण्याच्या मन:स्थितीत नव्हतं. सरपंचानं सांगून पाहिलं, तंटामुक्ती अध्यक्षांनी समजावलं; पण काहीच उपयोग होत नव्हता. त्यांची धुसफूस आणि खुन्नस चालूच राहिली. खरं म्हणजे त्यांना सवतं राहून पंधरा वर्षं झाली होती. आपापल्या जमिनी वेगळ्या होत्या. घरं वेगळी होती. वहिवाटी वेगळ्या होत्या, पण तरीही पोपट रामाची पाठ सोडायला तयार नव्हता. पोपटची रामाविरुध्द कोर्टात केस चालू होती. दोघांचंही एकमेकांकडं जाणं-येणं नव्हतं. देणं-घेणं तर दूरच.

पोपट थोरला होता. दोघंच भाऊ-भाऊ. पूर्वी एका जिवानं राहत होते. एकमेकांना विचारल्याशिवाय कोणताच निर्णय घेत नव्हते. कधीही एकमेकांना अंतर देत नव्हते, पण कशात माशी शिंकली आणि दोघं दुश्मन होऊन बसले. एकमेकांच्या कोणत्याही कार्याला येत जात नव्हते. मेलं तरी मी तिकडं फिरकणार नाही असंच दोघांनी ठरवलं होतं. थोडक्यात दोघांच्यामधून विस्तवही जात नव्हता.

रामाच्या पोराचं लग्न ठरलं होतं. रामानं पोपटच्या नावानं लग्नपत्रिका काढली. किती केलं तरी थोरला भाऊ आहे. निमंत्रक म्हणून त्याचं नाव असलं पाहिजे. रामा आणि त्याच्या मुलांनी पत्रिका वाटल्या. पोपटलाही निरोप दिला. रामा आणि रामाची बायको दोघंही पोपटच्या घरी गेले. त्यांनी पोपटला रीतसर निमंत्रण दिलं, पण पोपटची बायको बाहेरही आली नाही. तांब्याभर पाणीही दिलं नाही. पोपटही एका शब्दानं बोलला नाही. कधी आला, लग्न कसं ठरलं? होय नाही, नाय नाही, काहीच नाही. रामा आणि त्याची बायको गुपचूप उठले. पोपटनं केलेला अपमान रामाच्या जिव्हारी लागला, पण मुलाचं लग्न आहे. घरच्या कार्यक्रमात विघ्न नको. त्यानं तो अपमान तिथंच गिळून टाकला.

लग्न धूमधडाक्यात झालं. झाडून सगळी मंडळी उपस्थित राहिली. निमंत्रण दिलेलं कुणीच गैरहजर राहिलं नाही. रामाच्या शब्दाला सर्वांनी मान दिला, पण पोपट मात्र

लग्नाला आलाच नाही. त्याची बायकापोरंही आली नाहीत. पोपटनं वैर धुमसतच ठेवलं. पुतण्याच्या लग्नाला जायला हरकत नव्हती, पण पोपटनं ते टाळलं.

खरं म्हणजे राग रामाला यायला पाहिजे होता. गरज नसतानाही पोपटनं रस्ता मागितला होता. रस्त्यासाठी केस घातली होती. तो रामाला विनाकारण त्रास देत होता. जाणूनबुजून उकरून भांडण काढत होता, पण पोपटबद्दलचा आदर रामाला गप्प बसवत होता. रामाच्या मनात पोपटबद्दल खूप आदर होता. तो थोरला होता म्हणून नव्हे, पूर्वी पोपटचं वागणंच तसं होतं. त्याच्या मनात कधीही दुजाभाव नव्हता. तो पैसे मिळवत होता, पण आपस्वार्थी नव्हता.

अलीकडं मात्र रामाच्या मनात असणारा पोपटबद्दलचा आदर कमी झाला होता. पोपटचं वागणं बदललं होतं. तो वैऱ्यासारखा वागू लागला होता. पोपटनं रामाच्या बांधावरून रस्ता मागितला होता. वास्तविक पोपटला त्या रस्त्याची गरज नव्हती. तिथं त्याचं क्षेत्रही जादा नव्हतं. होतं फक्त अठरा गुंठे. तेही बागायत नव्हतं. पोपटचं सगळं क्षेत्र खूप दूर होतं. तिथं त्याची मोठी शेती होती. त्या शेतीला रस्ता होता. पाणी होतं. तिथं काहीच कमी नव्हतं. या अठरा गुंठे शेतीला दुसरा रस्ता होता. त्या पर्यायी रस्त्यावरून जाण्यायेण्यास काहीच अडचण नव्हती. पण रामाला धडा शिकवायचा म्हणून पोपटनं रस्तामागणीची केस टाकली होती.

रस्ता मंजूर झाला, तर रामाचं भरपूर नुकसान होणार होतं. रामाच्या सबंध क्षेत्राला पाणी देणारी विहीर आडवी येत होती. रस्ता मंजूर झाला, तर विहीर बुजणार होती. रामाचं खूप मोठं नुकसान होणार होतं. रामाच्या क्षेत्राला पाणी देणारी ती एकमेव विहीर होती. ती विहीरच बंद झाली, तर रामाचं संपूर्ण क्षेत्र पडीक पडणार होतं. विहिरीचं नुकसान झालं, तर रामा आणि रामाची मुलंबाळं आयुष्यातून उठणार होती. त्यांचं बरंच क्षेत्र नापीक होणार होतं आणि पोपटला तेच पाहिजे होतं. त्याला रामाचं नुकसानच करायचं होतं.

केसच्या तारखा सुरू झाल्या. पोपट प्रत्येक तारखेला जात होता. वकिलांना भरपूर पैसे देत होता. केस आपणच जिंकली पाहिजे म्हणून लढत होता. आजारी असला, तरी तारीख चुकवत नव्हता. रामा शेतात राबत होता. वेळ मिळाला, तर तारखेला जात होता. काही काही तारखेला तो जाऊ शकत नव्हता. त्याचाही असा समज होता, की पोपटला कोणता तरी राग आहे. तो शांत झाल्यावर केस मागं घेईल. माझं नुकसान करून त्याला काय मिळणार आहे. रामा सद्सदबुद्धीनंच विचार करत होता.

एका तारखेला तहसीलदारांनी दोघांना बोलवून घेतलं. म्हणाले, "पुढच्या तारखेला पंचनामा होईल. वस्तुस्थिती पाहण्यासाठी मी स्वतः येणार आहे. तुम्ही दोघंही तिथं हजर असणं आवश्यक आहे."

ठरल्याप्रमाणं तहसीलदार पंचनामा करण्यासाठी गावी आले. पण त्याअगोदरच पोपटनं तहसीलदार साहेबांची भेट घेतली होती. अनेक नेत्यांना फोन करायला लावले होते. त्याच्या डिपार्टमेंटमधूनही फोन आला होता. मला रस्ता मिळाला नाही, तर माझं अतोनात नुकसान होणार आहे, असं प्रत्येकाला पोपटनं सांगून ठेवलं होतं. सहानुभूती मिळवली होती. ठरल्याप्रमाणं तहसीलदार जागेवर आले. पंचनामा झाला. जाबजबाब झाले. तहसीलदार निघून गेले. आठवड्याभरानं पुन्हा तारीख होती. त्या दिवशी दोन्ही वकिलांचा युक्तिवाद झाला. तहसीलदार साहेबांनी सर्व कागदपत्रं पाहिली. पोपटनं टाकलेल्या केसचा निकाल पोपटच्या बाजूनं लागला. तहसीलदारांनी रस्ता मंजूर केला.

ज्या दिवशी निकाल लागला, त्या दिवशी पोपट खूप आनंदी होता. त्यानं त्या दिवशी काही मित्रांना बोलवून पार्टी केली. दोन-तीन किलो मटण आणलं. रात्री बराच वेळ यांचा आनंद उत्सव सुरू होता. पोपटला झालेला असुरी आनंद पाहून रामाला खूप वाईट वाटलं. नंतर रामापण रागानं पेटला. सख्खा भाऊ आपल्या जीवावर उठला असेल, तर आपणही लढायला हवं. त्यानं मनाची तयारी केली. बायको पोरांनाही समजावून सांगितलं. आता कितीही पैसा लागू दे, पण आपल्याला केस जिंकल्याशिवाय पर्याय राहणार नाही. केस जिंकायचीच असं त्यानं पक्कं ठरवलं. मग रामानं तहसीलदारांच्या निकालावर दावा केला. त्या निकालावर स्टे आणला. आता निकालाची अंमलबजावणी करता येणार नव्हती. रस्ता काढता येणार नव्हता. पोपटच्या बाजूनं निकाल लागला, तरी त्याला त्याचा तूर्तास तरी उपयोग नव्हता.

दोघंही कोर्टात हेलपाटे मारू लागले. पूर्वी एकत्रित राहत होते, त्यावेळी किती एकजीवानं राहत होते?

त्यावेळी पोपट आर्मीत होता. पोपटची बायको गावीच असायची. रामा, रामाची बायको, पोपटचे आई-वडील असे एकत्रित राहत होते. गुण्यागोविंदानं संसार चालू होता.

पोपट वर्षा- सहा महिन्यांतून गावी यायचा. येताना रामाला कपडे आणायचा. रामाच्या पोरांना खेळणी आणायचा. खाऊ आणायचा. आईला साडी, वडिलांना धोतर आणायचा. आपल्या बायकोला साडी, रामाच्या बायकोला साडी आणायचा. पोपट सुट्टीवर घरी आला की दिवाळी असल्यागत वाटायचं, पण पोपटच्या बायकोला हे सहन होत नव्हतं. रात्री एकांतात ती पोपटला म्हणायची, "तुम्ही तिकडं नोकरी करताय आणि सगळा पगार असा खर्च करताय. पोराबाळांना काय ठेवणार आहे की नाही? उद्या सवतं राहिल्यावर कपाळावर हात मारून घ्यायची वेळ येईल."

बायकोच्या या बोलण्याकडं पोपट मात्र दुर्लक्ष करायचा. तो म्हणायचा, "रामा शेतात राबतोय, मी तिकडं नोकरी करतोय, म्हणून तुम्ही पोटभर खाताय. तीन म्हशी, दोन बैलं, चार पाड्या, दोन एकर ऊस तो एकटा सांभाळतोय. तुम्हाला कधी त्यानं

शेतात येऊ दिलं नाही. त्यामुळे भलतंसलतं काही मनात आणू नका."

मग बायको गप्प बसायची. पण मनातून ती रंजिस झालेली असायची. पोपटच्या बायकोला, आपण कधी एकदा सवतं राहतो असं झालं होतं. तिला त्या घरात दमच निघत नव्हता. आपण भलं, आपला नवरा भला, आपला संसार भला, असं तिला वाटत होतं.

असाच एकदा पोपट गावी आलेला. त्यानं आठ-दहा दिवसांची रजा टाकली होती. येताना सर्वांना कपडे आणले होते. पोरांना खाऊ आणला होता. रामाच्या बायकोला जोडवी आणली होती. आपल्या बायकोला गंठण आणलं होतं. पोपट येणार म्हणून रामानं घरात मटण आणलं होतं. सगळेजण आनंदात होते.

दिवसभर पोपट आणि रामा शेतात फिरले. मळ्यात जाऊन ऊस बघितला. खालच्या विहिरीकडं जाऊन पाणी बघितलं. बाजरीच्या रानात चक्कर मारली. दिवस मावळतीला गेल्यावर दोघंही घरी आले.

रात्री सर्वांनी एकत्र बसून जेवण केलं. इकडच्या-तिकडच्या गप्पागोष्टी झाल्या. पुढच्या वर्षी शेतात अजून दोन एकर ऊस लावू या वगैरे चर्चा झाली. तोपर्यंत बायकांची आवराआवरी सुरू झाली. भांडी घासून जिकडंतिकडं ठेवली. झाडूनपुसून झालं. मग सर्व जण झोपायला गेले. बेडरूममध्ये पोपटची बायको पोपटला म्हणाली, "मला तुमच्याशी एका गोष्टीवर बोलायचं आहे."

पोपट म्हणाला, "बोल की. तुला नको कोण म्हणलंय."

बायको म्हणाली, "तुम्ही घरासाठी एवढं करताय, मोकळ्या मनानं पाण्यासारखा पैसा ओतताय, पण रामा भाऊजींचा स्वभाव तुम्हाला माहीत आहे का? मी या घरात कसे दिवस काढते हे माझं मला माहीत आहे. तुमच्या डोळ्यांच्या माघारी काय काय घडत असतं ते फक्त मलाच माहीत आहे. सांगावं तर कोडं आणि न सांगावं तर कोडं. पण आज मी ठरवलंय, तुम्हाला सगळं सांगायचं."

पोपटची बायको थांबली. थोडा श्वास घेतला आणि पुढं सांगू लागली, "तुमच्या भावाची नजर बरी नाही. तुमच्या भावाला थोडं तुम्ही समजून सांगा. नाहीतर मला तर तिकडं घेऊन चला."

आत्तापर्यंत बायकोच्या बोलण्याकडं दुर्लक्ष करणारा पोपट खाडकन् जागा झाला. बायकोनं सांगितलेल्या गोष्टीमुळे त्याचा राग अनावर झाला आणि इथंच ठिणगी पडली.

दिवस उजाडला. पोपटनं मग पंचमंडळी बोलावली. गावातील चार माणसं, भावकीतली चार माणसं बोलावली. आईला, आप्पाला बोलावून घेतलं. रामालाही बोलवलं. अंगणात गाव पुढाऱ्यांची गर्दी झाली होती. पोपट आप्पांना म्हणाला, "आता मला या घरात राहायचं नाही. आत्ताच्या आत्ता वाटणी करून ज्याची त्याची हिस्सेवारी करून टाका."

रामाला धक्का बसला. त्याला काहीच समजत नव्हतं. त्यानं डोळ्यात पाणी आणून पोपटला विचारलं, "अरे नेमकं झालंय तरी काय? ते तरी सांग."

पोपट म्हणाला, "काहीही झालेलं नाही. मला काही सांगायचंपण नाही आणि ऐकायचंपण नाही. फक्त या घरात मला राहायचं नाही. या घरात आता एक तर तू राहा किंवा एक तर मी तर राहील."

रामा गोंधळलेल्या अवस्थेत होता. आपलं काही चुकलं का याचा विचार करत होता. आपण कधी पोपटच्या नजरेला नजर दिली नाही. थोरला म्हणून आजपर्यंत आदर देत आलो. आपण कधी शेतामधली गवताची काडीसुध्दा इकडची तिकडं न करता सगळा हिशेब देत आलो. नेमकं काय झालं असावं? कळायला मार्ग नव्हता. पण पोपटचा अवतार पाहून रामा गप्प बसला. पोपटचा काहीतरी गैरसमज झालेला होता. पण तो निघण्याच्या पलीकडं होता. पोपट समजावण्याच्या पलीकडं आहे असं रामाला समजल्यानंतर मात्र रामा गप्प राहिला. कसं असेल तसं असेल असं म्हणून तो पंचमंडळीच्या पलीकडं जाऊन बसला.

पंचमंडळीच्या समक्ष वाटप करण्यात आलं. दोघं भाऊभाऊ वायले झाले. आई-वडील रामाकडं राहिले. पोपट आणि रामा वायले राहिल्याची बातमी गावभर पसरली. भावकीला आश्चर्य वाटलं. गावामध्ये जो तो कुजबुज करू लागला. पानपट्टीवर, किराणा दुकानात एकच चर्चा होती. काहीतरी मोठं कांड झालं असल्याशिवाय ते वायले राहणार नाहीत. नक्कीच काहीतरी घरात घडलेलं असणार, पण कुणाला अंदाज येत नव्हता.

काही दिवसांतच पोपट रिटायर होऊन गावी आला. तो आता शेती करू लागला. त्याच्या लग्नाला आता पंधरा वर्षं होऊन गेली होती, परंतु त्याला मूलबाळ होत नव्हतं. गावी आल्यानंतर तालुक्याच्या ठिकाणी त्यानं ट्रीटमेंट घेतली. परंतु डॉक्टरनं बायकोच्या पिशवीमध्ये दोष असल्याचं सांगितलं. त्यांना मूल होण्याची शक्यता नाही असंही सांगितलं. मग पोपटनं दुसरं लग्न करण्याचा निर्णय घेतला. तो निर्णय बायकोच्या विचारानंच घेतला.

पोपटचं दुसरं लग्न झालं. दीड-दोन वर्षांत त्याला एक मुलगाही झाला. त्याचं नाव त्यांनी रमेश ठेवलं.

पोपटनं रामावर केस टाकली ती रस्त्याची केस चालूच राहिली. ती किती वर्षं चालणार? माहीत नव्हतं. दोघांपैकी कोण माघार घेणार? समजत नव्हतं. शेवटी कोण जिंकणार दोघांनाही माहीत नव्हतं. दोघंही लढत होते. एक लढत होता दुसऱ्याचं नुकसान करण्यासाठी. दुसरा लढत होता नुकसान टाळण्यासाठी.

पोपट रामाच्या कोर्टकचेरीमुळे जवळचे नातलग दुरावले. बरेच पाहुणे तुटले. यांच्या गावी आलं, की कुणाकडं जायचं असा प्रत्येक पाहुण्याला प्रश्न पडायचा. पोपटकडं

गेलं की रामाला राग यायचा. रामाकडं गेलं की पोपटला राग यायचा. दोघांकडं गेलं की दोघांनाही राग यायचा.

शेजारच्या गावात त्यांचे एक मामा राहत होते. त्यांना बऱ्याच जणांनी ही गोष्ट सांगितली, पण त्यांना वाटत होतं की एकमेकांचा राग शांत झाल्यावर गप्प बसतील. पण ती वेळ येत नव्हती. मग एके दिवशी मामानं पोपटला बोलवून घेतलं. पोपटला म्हणाले, "अरे तिथं बघितलं तर अठरा गुंठे जमीन. त्यासाठी का म्हणून कोर्टकचेरी करतोयस? इकडं पाच-सहा एकर जमीन आहे. त्यात काहीतरी कर. तिथं काय पिकवायचं ते पिकव. कशाला कोर्टकचेरी करत बसलाय?"

पण तरीही पोपट ऐकत नव्हता. त्यानं उलट मामाला झापलं. तो मामाला म्हणाला, "मामा तुम्हाला यातलं काहीच माहिती नाही. माझ्यावर अन्याय झालेला तुम्हाला दिसत नाही. कारण मी गावी राहायला नव्हतो. तुम्हाला रामाचीच बाजू बरोबर वाटते, पण कोर्टामध्ये माझ्या बाजूनं निकाल लागला. त्यावरून तरी तुम्हाला समजायला पाहिजे. मी न्यायासाठी लढतोय. माझी बाजू सत्याची आहे."

मामा म्हणाला, "अरे, पण तो तुझा सख्खा भाऊ आहे. त्याची विहीर गेली, तर त्याचं घरदार आयुष्यातून उठेल. त्यानं खायचं काय? तुम्ही का म्हणून एकमेकांच्या जीवावर उठलाय?"

पोपट आपला हेका सोडायला तयार नव्हता. मग मामांनी त्याला सांगायचं सोडून दिलं. त्यांनी रामाला बोलवून घेतलं. रामाला म्हणाले, "तो काहीही ऐकण्याच्या मन:स्थितीत नाही. तू आपला चांगला वकील दे. तुला केस शेवटपर्यंत लढावी लागेल. पण आम्ही तुझ्या पाठीशी आहोत. काय कमी-जास्त लागलं तर कळव."

रामाने स्टे घेतल्यावर पोपट अधिकच चिडला. त्याला अपमान झाल्यासारखं वाटलं. कधी एकदा स्टे उठेल असं त्याला वाटलं. तहसीलदाराकडं पोपटच्या बाजूनं निकाल लागला. रामानं दिवाणी कोर्टात स्टे घेतला. तो उठवण्यासाठी पोपट कोर्टात हेलपाटे घालत होता. रामाचे आणि पोपटचे कोर्टात हेलपाटे चालू होते. एकासारखा निकाल लागला की दुसरा अपील करत होता. दुसऱ्यासारखा निकाल लागला की पहिला अपील करत होता. कुणीच थांबायला तयार नव्हता. महिनो न महिने केस सुरूच राहिली. वर्षांवर वर्ष सरली. तारखांवर तारखा पडत राहिल्या. अशी कित्येक वर्षं जात राहिली.

अलीकडं मात्र पोपट थकला होता. तो कायम ताणतणावात राहत होता. त्याची तब्येत खालावली होती. त्याला कामधंदाही होत नव्हता. आता कोर्टात हेलपाटे मारणं शक्य होत नव्हतं. रमेश आता मोठा झाला होता. पोपटनं ती केस खेळण्यासाठी रमेशला तयार केलं. वडिलांची अवस्था पाहून रमेशही तयार झाला. त्यानं कागदपत्रं पाहिली. थोडासा अभ्यास केला. पोपटची केस आता रमेश खेळू लागला. रमेशचे कॉलेज

संपल्यानंतर तो प्युरिफायरमध्ये नोकरीला लागला होता. चांगला पगार होता. दोन-तीन वर्षांत तो स्थिरस्थावर झाला असता, परंतु कोर्टकचेरीच्या खटल्यामध्ये त्यानं नोकरी सोडून दिली. वडिलांना मदत करणं आवश्यक होतं.

पोपटची केस आता उच्च न्यायालयात गेली होती. तिथंसुद्धा हेलपाटे सुरू होते. बरीच वर्षं केस प्रलंबित राहिली. एके दिवशी केस बोर्डावर आली. दोन्ही वकिलांचा युक्तिवाद होणार होता. केसचा फायनल निकाल लागणार होता. त्यासाठी रमेशला वारंवार मुंबईला जावं लागत होतं. एके दिवशी वकिलांचा युक्तिवाद सुरू झाला. तो संपल्यावर निकालासाठी तारीख दिली गेली.

निकाल लागला. रामानं दिलेला स्टे उठला. रामाची केस फेटाळण्यात आली. दहा दिवसांत रस्ता खुला करावा असा आदेश देण्यात आला होता. रस्ता खुला न केल्यास पोपटनं कोर्टामार्फत अर्ज करून पोलीस संरक्षणात रस्ता खुला करुन घ्यावा असंही निकालात म्हटलं होतं. रामाला खूप वाईट वाटलं. आता विहीर बुजणार होती. सख्खा भाऊ जिवावर उठला होता, पण काही इलाजही नव्हता. निकाल लागून दहा दिवस उलटून गेले, पण रामानं रस्ता खुला केलेला नव्हता.

रमेशनं मग मुंबईतून कागदपत्रं काढली. ती सर्व कागदपत्रं घेऊन रमेश आणि पोपट वकिलांच्याकडे गेली. त्या वकिलांनी तहसीलदारांच्याकडं पोपटच्या बाजूनं निकाल करून दिला होता. पण इतक्या वर्षांत रस्ता मिळालाच नव्हता.

मुंबईचा निकाल आपल्या बाजूनं लागला. पोपट आनंदी होता. त्याच्या चेहऱ्यावर आनंद दिसत होता, पण तो आनंद पाहण्यासारखा चेहरा राहिला नव्हता. चेहरा सुरकुतला होता. पोपटला शुगर झाली होती. एका पायाला कसली तरी जखम दिसत होती. पोपटला चालताही येत नव्हतं. मुलाचा आधार घेतच त्याला चालावं लागत होतं.

आता त्यांना निकालाची अंमलबजावणी करणं गरजेचं होतं. वकिलांनी सर्व कागदपत्रं ठेवून घेतली. आठ दिवसांनी अर्ज दाखल करण्यासाठी या असं सांगितलं. या गोष्टीला बरेच दिवस झाले. सहा-सात महिने झाले, तरी रमेश किंवा पोपट वकिलांकडं गेलेच नाहीत. मग एके दिवशी वकिलांच्या ऑफिसवरून रमेशला फोन आला, "तुमचा अर्ज तयार होऊन बरेच दिवस झाले, परंतु तुम्ही अद्याप ऑफिसला आला नाही. कृपया आपण ऑफिसला येऊन भेटावं."

रमेशला वकिलांचा, वडिलांना ऑफिसला घेऊन येण्याचा निरोप मिळाला. काही दिवसांनी रमेश एकटाच वकिलांच्या ऑफिसला गेला. वकिलांनी त्याला विचारलं, "वडील का आले नाहीत?"

रमेश म्हणाला, "वडिलांना शुगर शुट झाली आहे. ती खूप वाढली. गेल्या आठवड्यात त्यांचा पाय काढावा लागला. त्यामुळे त्यांना चालता येत नाही."

वकील काही बोलले नाहीत. पुन्हा म्हणाले, "खूप वाईट झालं. पण असू दे. आता सगळी जबाबदारी तुझ्यावर आली. वडिलांनी एवढी वर्षं केस खेळून निकाल मिळवला. आता निकालाच्या अंमलबजावणीसाठी अर्ज करू या. रस्ताही लवकरच मिळेल. मग शेती व्यवस्थित कर. वडिलांचं स्वप्न पूर्ण कर. वडिलांना आणायची गरज नाही. त्यांच्याकडून मुखत्यारपत्र घे."

वकील बोलत होते, परंतु रमेश खाली मान घालून बसला होता. तो काहीच इंटरेस्ट दाखवत नव्हता. थोड्या वेळानं रमेश म्हणाला, "मी आपणाकडं येणारच नव्हतो साहेब, पण तुमच्या ऑफिसचा फोन आला म्हणून मी आलो. मला तो रस्ता खुला करून देण्यासाठी अर्ज करायचा नाही."

वकिलांना आश्चर्य वाटलं. म्हणाले, "अरे तुझे वडील रस्त्यासाठी मुंबईपर्यंत लढले. त्यासाठी त्यांनी उभी हयात घालवली. आत्तापर्यंत इतका खर्च केला आणि तू म्हणतोयस रस्ता मिळण्यासाठी अर्ज करायचा नाही?"

रमेश म्हणाला, "होय साहेब. खरंच मला तो अर्ज करायचा नाही."

वकील म्हणाले, "नेमकं झालंय काय?"

रमेश म्हणाला, "वडिलांच्या शुगरसाठी ते अठरा गुंठ्याचं शेतच विकावं लागलं. आता शेतच नसेल तर रस्त्याचा उपयोग काय?"

वकील म्हणाले, "शुगरसाठी शेत विकलं? ते कसं काय?"

रमेश म्हणाला, "एके दिवशी शुगर खूप शूट झाली. मग त्यांनी गोळ्यांचा डोस वाढवला. डॉक्टरांना न विचारताच दहा-बारा गोळ्या एकदम खाल्ल्या. रात्री त्यांना ब्रेनस्ट्रोक झाला. मग त्यांना पुण्याला ॲडमिट करावं लागलं. एक महिना ते आयसीयुमध्ये होते. वेळ चांगली म्हणूनच ते वाचले."

रमेश पुढं बोलू लागला. म्हणाला, "आमच्या वडिलांनी कोर्टकचेरीच्या नादाला लागून खूप मोठं नुकसान करून घेतलं साहेब. एवढी मोठी शेती, पण त्याकडं दुर्लक्ष झालं. शेती पिकवली असती, तर काही कमी पडलं नसतं; पण केसच्या नादाला लागून शेती संपली. माझी नोकरी गेली. उमेदीची वर्षं वाया गेली. त्यांनी काय मिळवलं आयुष्यात? जिंकून मिळवलेल्या निकालाचा तरी काय उपयोग? कोर्टानं दिलेल्या रस्त्यावरून चालण्यासाठी पाय राहिले नाहीत आणि ज्या शेतासाठी रस्ता दिला ते शेतपण राहिलं नाही. आता ते पार खचून गेलेत.

"परवा आमची थोरली आईपण वारली. खूप दिवस आजारी होती. जीव सोडताना वडिलांना म्हणाली, 'रामा भाऊजीबद्दल मनात काही आणू नका. ते मला आईसारखे वागवत होते, परंतु तुम्ही सवतं राहात नव्हता. आपला प्रपंचा काही बघत नव्हता. माझ्याकडं लक्ष देत नव्हता. म्हणून मी तुम्हाला तसं सांगितलं होतं.'

"कोर्टकचेरीत आयुष्य गेलं. जिचं ऐकून हे महाभारत घडलं तीही मरून गेली. घर

फुटलं. सख्खा भाऊ तुटला. पोराची नोकरी गेली. स्वतःचं शेत ओसाड पडलं. एक शेत तर विकावंच लागलं. पाय गेला. मग आपण काय मिळवलं? आपलं आयुष्य वाया गेलं, असं त्यांना वाटू लागलंय.

"दिवसभर ते एकटेच विचार करत असतात. दुःखी होतात. कधीकधी एकटेच रडतात. त्यांनी अलीकडं जेवणही कमी केलं आहे. घडलेल्या घटनांनी आणि विचारांनीच वडील पार खचले आहेत. ते फार दिवस सोबत देतील असं वाटत नाही, साहेब."

रमेशला भरून आलं.

ते वकील रमेशकडं बघतच राहिले!

परिशिष्ट

माझी लेखनभूमिका

पाचवी सहावीत असेन. शाळेला नियमित जात होतो. शाळा घरापासून दोन-अडीच किलोमीटर अंतरावर होती. चालत जात होतो. सायकलही नव्हती. शाळेत मन असं लागत नव्हतं. घरी आईला दमा होता. दादांना म्हणजे वडिलांना गुडघेदुखीचा त्रास होता. दोघंही अंथरूणावर पडून होते. एक आत. एक बाहेर. आई माजघरातल्या अंधाऱ्या खोलीत आणि दादा बाहेरच्या सोप्यात.

बाहेरच्या सोप्यात वाकाळ टाकलेली. एकावर एक दोन उशा घेऊन दादा पडलेले. परसाकडं जायलाच तेवढं उठायचं. बाकी दिवसभर वाकळवर पडून. आतल्या माजघरात आई झोपलेली. उशाशेजारी औषधांच्या पुड्या, बाटल्या पडलेल्या. घरभर औषधांचा कडवट वास. सगळं घर उदास.

घरात लाईट नव्हती. रॉकेलची चिमणी. पिवळा उजेड. कावीळ झाल्यागत वातावरण. त्यातच अभ्यास करायचा. मध्ये अर्धी पडदी. पलीकडं दोन म्हशी. एक शेळी. एक रेडा. जनावरं मुतल्याचा आवाज. शेणाचा वास.

घरी ताई, धाकला भाऊ, मी, आई आणि दादा. मी आणि धाकटा शाळेत जात होतो. ताई म्हशी राखत होती. त्यातूनच कामाला पण जात होती. तिच्या जिवावर घर चाललेलं. माझ्या, धाकट्याच्या शिक्षणालाही तिचाच हातभार होता. ताईला शाळेत घातलं नाही. धाकट्या भावाला सांभाळण्यासाठी, आम्हाला शाळा शिकवण्यासाठी तिनं शाळेचं तोंड पाहिलं नाही. आई-दादांच्या आजारपणामुळे तीच घराची आई झाली. पवारबापूच्या शेतात, भटकीच्या मळ्यात रोजगारानं जाऊ लागली. येणारे चार रुपये आईच्या हातात देऊ लागली. त्यातूनच चटणी, मीठ आणायचं. शाळेत लागलं तर वही, पुस्तक आणायचं. घरी कधीकधी भाकरीला पीठ नसायचं. ताई शेजारच्या फुलाकाकूंकडे जायची. मापटं-दोन मापटं पीठ आणायची. त्या बदल्यात दिवसभर भुईमूगाच्या शेंगा तोडायची. घरी धान्य असं नव्हतं. दादा एका जागी पडल्यामुळे शेती

पडीक पडलेली. सगळ्या रानात गवत माजलेलं. फटच्या फट पेरणीविना वसाड होऊन पडलेलं.

पूर्वी दादा शेती करत होते, त्यावेळी घरात पोत्यांची थप्पी असायची. बाहेर कडब्याची भली मोठी गंजी असायची. अन्नधान्य, बी-बेवळा मुबलक असायचा, पण दादा आजारी पडले आणि माचुळी रिकामी झाली. गाडग्यामडक्यातला बी-बेवळासुद्धा संपला.

आई कधीतरी केरू मामाकडे जायची. उसनंपासनं पायली-दोन पायली धान्य घेऊन यायची.

कधीकधी आईसोबत मीही तांदळगावला जायचो. गावापासून सात-आठ किलोमीटरवर आईच्या मामाचा गाव. मधल्या पांदीच्या वाटेनं जावं लागे. धगधगतं ऊन. तापलेला फुपाटा. त्यावरनं अनवाणी चालत. तिथं आईचे मामा. एक मुक्काम करायचा. रात्री जेवण झाल्यावर आई मामाबरोबर बोलत बसायची. आई म्हणायची, "पुढच्या साली सगळं परतफेड करती, पण आता नाही म्हणू नको, दोन पायल्या दिलं तरी चालतील."

खरं म्हणजे दरवेळी आई असंच म्हणायची. परतफेड कधीच होत नव्हती. कर्त्या माणसानं अंथरूण धरलेलं. शेतच ओसाड पडलेलं. परतफेड करणार कुठून? पण घरात चार खाती तोंडं होती. लेकरं उपाशी ठेवायची का? लेकरासाठी उसनं म्हणायचं. ती भीकच असायची. आई काकुळतीला यायची. आईची आम्हा लेकरांसाठी चाललेली तडफड बघून मला भडभडून यायचं.

आईचे मामा उदार मनाचे. शांत डोक्याचे. दानशूर वृत्तीचे. दादा आजारी पडल्यानंतर त्यांनी खूप मदत केली. पण आता त्यांचाही खर्च वाढला होता. मुलंनातवंडं झाली होती. जावई आले होते. आमचं रडगाणं हे असं कायमच चालू होतं. त्यांनी तरी कुठवर मदत करायची? आई बोलत राहायची. मामाच्या मुलांचे कौतुक करायची. मामाचं कौतुक करायची. मामीच्या कष्टामुळे तुमचं बरं चाललंय असं म्हणायची.

मामानं खाली मान घातलेली असायची. मामा नुसतं ऐकत राहायचा. आई पुन्हा एकदा म्हणायची, "फक्त दोनच पायल्या दे."

वातावरण शांत व्हायचं. कुणीच काही बोलत नसायचं. बऱ्याच वेळानं मामा म्हणायचा, "जा घेऊन."

सकाळी लवकर उठायचं. धान्याची दोन गठुळी करायची. एक बारकं आणि एक मोठं. बारकं गठुळं मी घ्यायचो. मोठं आई घ्यायची. पुन्हा चालत गावी. वेळ दुपारची. ऊन पीठ सांडल्यागत पडलेलं. खाली रस्ता विस्तवासारखा तापलेला. तांदळगावातून बाहेर पडलं की वाझराची शिव. सगळा माळच माळ. एकही झाड नाही. धाप लागली, थांबावं. तहान लागली पाय टेकावं, पण हळूहळू गाव जवळ करावं.

आईच्या मामांचा हातभार, म्हशीच्या दुधाचा पगार, यावर घर चाललेलं. घरी कमावणारं कुणीच नव्हतं.

मी पाचवीला गेलो. जि. प. मराठी शाळेतून हायस्कूलला. खूप आनंद झालेला. जि. प. मराठी शाळेत सारवलेल्या भुईवर बसायला लागायचं. घरातूनच बसायला फाटकं पोतं घेऊन जायचं. वर्गाला एकच शिक्षक. तेच दिवसभर शिकवायचे, पण हायस्कूलला गेल्यावर हे बदलणार होतं. खूप जणांकडून ऐकून होतो. तिथं बेंचवर बसायला मिळणार होतं. प्रत्येक विषयाला वेगळे शिक्षक, मोठा काळा फळा. नवा गणवेश. नवी पुस्तके, नव्या वह्या. खूप आनंद व्हायचा. पण तो आनंद टिकायचा नाही. कारण वह्या-पुस्तकं घ्यायला पैसे नसायचे. गणवेश तर दूरच. घरची ही अशी परिस्थिती. वर उघडं पडलेलं आभाळ आणि खाली फाटलेली धरती. कशाचा आनंद आणि कशाचं शिक्षण ?

मग ओढ्याला जाऊन करंज्या तोडायच्या. रोज किलो-दोन किलो आणायच्या. त्या पत्र्यावर वाळत टाकायच्या. चार-पाच दिवसांनी त्या फोडायच्या. त्यातल्या बिया काढायच्या. पिशवीत भरायच्या. गावात मारवाड्याचं एकच दुकान होतं. तिथं नेऊन त्या विकायच्या. जाताना दोन्ही हात अवघडायचे. वाटायचं पाच-सहा किलो तरी भरतील, पण प्रत्यक्षात तीन किलोच भरायच्या. कुठं गणित चुकायचं कळत नव्हतं. मारवाड्याच्या तराजूत काहीतरी गपला असेल पण तोही कळायचा नाही, पण तरीही बक्कळ तीस रुपये यायचे. ते घेऊन पळतच घरी सुटायचं. घरी पोहोचल्या पोहोचल्या खिशातून काढून आईकडं द्यायचे. आईला कौतुक वाटायचं. काहीतरी करून पोरगं पैसं मिळवतंय. तिला किती अभिमान वाटायचा ? कधीकधी आई दृष्ट काढायची.

करंज्या काढणं, बाभळीचा डिंक काढणं, भुईमूग निघालेल्या रानातून शेंगा चाळून आणणं, हे सर्व मारवाड्याच्या दुकानात विकणं, सुट्टीच्या दिवशी द्राक्षबागेत खुडा करायला जाणं यावरच शाळेचा, वह्या-पुस्तकांचा खर्च चालू होता.

एके दिवशी शहाजी भेटला. तो दूध गोळा करत होता. त्यानं शाळा सोडली होती, पण धंद्यात जम बसवला होता. पहाटे सहा वाजता उठायचं. वाडीवस्तीवर जायचं. दोन कळशा पुढं, दोन कळशा मागं सायकलला बांधायच्या. सकाळी अकरा वाजेपर्यंत दूध गोळा करायचं. ते सर्व दूध 'लिंब' या गावी असणाऱ्या डेरीत घालायचं. असा त्याचा दिनक्रम होता. त्याच्या हाताखाली दोन-चार पोरं होती.

शहाजी मला म्हणाला, "येतोस का उद्यापासून कामाला ? रोज दहा रुपये हजरी देतो. मात्र एक दिवससुद्धा सुट्टी नाही. दुधाच्या रतीबाला सुट्टी नसते."

मला चारदोन रुपये मिळणारं कामच हवं होतं. मी त्याला पटकन होय म्हणालो. पहाटं चार वाजता उठायचं. कळशी आतून बाहेरून घासायची. सायकलला बांधायची.

वजनं पिशवीत टाकायची. तराजू कॅरेजला बांधायचा. थेट मानेचं लवान गाठायचं. मानेचं लवान गावापासून बऱ्याच अंतरावर, पण दिवस उगवायला पहिली धार निघायची. मग बजरंग दादांची वस्ती. मग गावात सगळीकडं. सकाळी दहा वाजेपर्यंत दूध गोळा करायचं. भरलेली कळशी शहाजीकडं द्यायची. नंतर शाळेला जायचं. दूध गोळा करायला वर्गातल्या मुलींच्या घरी जायला नको वाटायचं. सायकलला कळशी. मागं तराजू, मळलेली कापडं. अशा अवतारात त्यांच्या दारात. मन खिन्न व्हायचं, पण इलाज नव्हता.

दूध गोळा करताना कधीकधी शाळेला उशीर व्हायचा. कधीकधी प्रार्थना चुकायची. पवार सर हाताला वळ उठेपर्यंत मारायचे, पण त्याचं काही वाटत नव्हतं. ते आपल्या हितासाठीच आहे याची जाणीव होती. दूध गोळा करताना प्रत्येकाच्या चुलीपर्यंत जावं लागे. तेही रोज. मग कुणाचा निरोप पोहचव, कुणाला वस्तीवरती भाजी दे अशी कामं करायला लागायची. मी तीही आवडीनं करायचो.

अशाच एका राजवाड्यासारख्या दिसणाऱ्या घरात दुधासाठी जात होतो. मोठा जुना चौसोपी वाडा. गोठ्यात सहा-सात दुभती जनावरं. घराची मालकीण घरंदाज. हिरवं लुगडं. कपाळावर तळहाताएवढं कुंकू. नाकात मोठी नथ. कमरेला मासपट्टा. हातात सोन्याच्या बांगड्या. एवढ्या मोठ्या घरात नवरा-बायको दोघंच राहत होती.

दोन्ही पोरं बाहेरच्या राज्यात. त्यांची गावाशी नाळ तुटलेली. बाप मात्र गावचा कारभार करायचा. समाजसेवा करायचा. कुणाच्याही संकटाला धावून जायचा. गावचे तंटे सोडवायचा. गावाला कुटुंब समजायचा.

बापानं दोन्ही मुलांना रांकेला लावलं. थोरला खूप वांड होता. त्याला दारूपासून बाईपर्यंत व्यसन होतं. लग्न होत नव्हतं. बापाचा लौकिक उपयोगी आला. बापानं बरेच उंबरे झिजवले. कसंतरी त्याचं लग्न झालं.

थोरल्याचा संसार सुरळीत झाला. त्याला मुलं झाली. मुलं मोठी झाली. आता थोरल्याच्या नातवाचं लग्न ठरलं. नातवाच्या लग्नाला पुण्याहून सर्व जण गावी आले होते.

पण त्याचवेळी बाप आजारी पडला. दारात मांडव घातलेला. कार्यक्रम तोंडावर आलेला, पण बापाचा आजार विकोपाला गेलेला. माळवदीवर खाट टाकली होती. त्यावर बाप शेवटच्या घटका मोजत होता. शेजारीच आई भिंतीला डोकं टेकून बसली होती. दुचित झाली होती.

बापाची सेवा करायला दोन्ही पोरं आली नव्हती. त्यांना बापापेक्षाही त्यांचा कार्यक्रम, त्यांचा पैसाअडका महत्त्वाचा वाटत होता. पलीकडच्या खोलीत थोरला आणि त्याची बायको बोलत बसली होती. थोरल्याची बायको म्हणाली, "आत्ताच कशी याला

धाड भरली? लगीन तरी होऊन देतोय का नाही बाबा काय माहीत? मेलाबिला, तर बिनकामाचं दोन-चार लाख रुपये डुबणार.”

थोरल्याची आई ऐकत होती. काळजावर डागण्या बसल्या. लालभडक उलथानं हातावर ठेवल्यावर आवाज यावा तसं झालं, पण ती गप्प राहिली. थोड्याच वेळात बापाची प्राणज्योत मालवली. बाहेर कार्यक्रम सुरू होणार होता. मांडवाची मेढ रोवली होती. आई कार्यक्रमाला आली नाही. माळवदीवरही कुणाला येऊ दिलं नाही. कार्यक्रम संपेपर्यंत दोन दिवस ती बापाच्या मढ्याजवळ बसून राहिली. कार्यक्रम संपल्यावर पोरं वर आली. तब्येत कशी आहे? विचारू लागली. तिनं सांगितलं, “हे कालच गेले होते, पण तुमच्या कार्यक्रमात विघ्न नको म्हणून मी काही बोलली नाही.”

ही घटना ऐकून मी खूप अस्वस्थ झालो. खूप दिवस त्यावर विचार करत होतो. त्यातूनच रंगाबापू आणि आंबुमाय भेटली.

नेहमीप्रमाणं दूध गोळा करत होतो. अशाच एका वस्तीवर गेलो. मंजुळाकाकू धार काढत होती. घरात नवरा कण्हत होता. त्याला कसलातरी रोग झालेला. सगळा प्रपंचा म्हशीच्या दुधावर चाललेला. बाकीचं काहीच उत्पन्न नव्हतं. दोन्ही पोरं अजून अज्ञान होती. सौभाग्याला रोग लागला होता. तो काही केल्या बरा होत नव्हता. पंधरा दिवसाला दवाखान्यात जावं लागत होतं. ती बिचारी एकटीच पळत होती. एकदा ती म्हणाली, “मालकाला सांग. अंगावर दोनशे रुपये उचल दे म्हणावं. दोन-चार महिन्यांत दुसरी म्हैस वील. तिचंही दूध सुरू होईल. कशीतरी फेड करीन, पण आता दवाखान्यात जायला पैशांची गरज आहे.”

दुसऱ्याच दिवशी मी शहाजीला बोललो. म्हणालो, “काकूची हालत लय खराब आहे. काहीतरी करून तिला दोनशे रुपये द्यावे लागतील.”

पण शहाजी म्हणाला, “यापूर्वीची उचल तिनं फेडली नाही. आठवड्याच्या प्रत्येक पगाराला तिची नवीनच अडचण असते. आम्हाला पण अडचणी आहेत. आता अंगावर उचल देऊ शकत नाही. सांग तिला.”

मंजुळाकाकूची परिस्थिती मी रोज बघत होतो. उचल मिळणार नाही, असा मालकानं निरोप दिलेला. तिला काय सांगणार? शहाजीनं दिलेला निरोप सांगावा की नको? आपण धड मदत करू शकत नाही आणि मालकानं सांगितलेला निरोप सांगू शकत नाही. माझी अवस्था इकडं आड तिकडं विहीर अशी झाली होती. मी विचार करत होतो. पुढं मंजुळाकाकू धार काढत होती. दोन पोरं अंगणात उघडीच खेळत होती. पैसाअडका नव्हता. पोरांना शाळा नव्हती. मन्या दूध मागत होता. मंजुळाकाकूनं त्याच्या थोबाडीत दिली. पोरगं रडत पेकाटत घरात गेलं. मला भडभडून आलं.

दुसऱ्या दिवशी सायकलची चावी मी शहाजीकडं दिली. मी कामावर येणार नाही

सांगितलं.

कसातरी शाळेला जात होतो. शाळेची गोडी लागली होती. मुख्याध्यापक दिवंगत आर. एस. पाटील सर, दिवंगत कुलकर्णी सर, आत्तार सर, दिवंगत पवार सर, कात्रे सर, कास्कर सर, शिंदे सर, एस. डी. पाटील सर, सुतार सर, नलवडे मॅडम, डोळ सर, मुल्ला सर, तानाजी चव्हाण शिपाई मामा, गवळी शिपाई, निवास शिपाई, दिवंगत प्रकाश शिपाई असा स्टाफ असायचा.

शाळा लंगडीच्या माळावर. सगळीकडं नुसती कुसळं. झाडं नाहीत. पाणी नाही. लाईट नाही. पाऊस आला, की पत्र्यातून पाणी गळायचं. आमचा आठवीचा वर्ग तर कुडाच्या सपरात होता. दिवसभर चगाळ खाली पडायचं. शाळेत पडलेलं चगाळ विद्यार्थ्यांना लोटून काढावं लागायचं. लोटून लोटून आमचे हात दुखायचे. एकदा तर वादळी पाऊस झाला. जोरात वारं सुटलं. वरचं सपारच उडून गेलं. त्यानंतर आठ दिवस त्या सपरात वर्ग भरला नाही. आम्हाला पलीकडच्या पत्र्याच्या खोलीत बसवलं.

थोडा जरी पाऊस पडला, तरी अशी दाणादाण व्हायची. मग शाळेला सुट्टी पडायची, अशी ही शाळा. पण शिक्षक जिद्दी होते. ज्यादा तास घ्यायचे, अभ्यास करून घ्यायचे. विद्यार्थ्यांना झोपायला शाळेत बोलवायचे. मी पण शाळेत झोपायला जायचो. रात्री दहा वाजेपर्यंत अभ्यास करायचा. नंतर झोपायचं. परीक्षा जवळ आलेली असायची. त्यामुळे शिक्षक पुन्हा पहाटे अभ्यासाला उठवत. सकाळी सात वाजेपर्यंत अभ्यास करायचा. नंतर शाळेचं अंगण झाडायचं. गोळा केलेला कचरा शाळेच्या पाठीमागं न्यायचा. एकत्र ढीग करायचा. तो पेटवून द्यायचा.

असाच एकदा आमच्या ग्रुपनं कचरा गोळा केला. तो शाळेच्या पाठीमागं नेला. एकत्र ढीग केला आणि तो पेटवला. आग पसरत गेली. शेजारीच एका शेतकऱ्याची गंजी होती. ती कधी पेटली हे समजलं पण नाही. सकाळी अकरा वाजता दोन-तीन शेतकरी शाळेत आले. गंजी कुणी पेटवली ते शोधू लागले. आमच्या ग्रुपचा राजा प्रमुख होता. गंजी पेटलेली घटना त्याच्या अंगलट आली.

राजा तसा खूप प्रामाणिक. दिलेलं काम अचूक करणारा. कुठंही टिंगलमंगल करणार नाही, पण घरची परिस्थिती खूप गरिबीची. 'शाळा सोडून कामाला लाग' असं बाप वारंवार म्हणत होता, पण राजाला शाळा शिकायची होती.

शेतकरी आल्यानंतर सरांनी राजाला छड्या मारल्या. खोदून खोदून विचारलं. पण राजा काही बोलला नाही. नंतर त्याला 'वडिलांना घेऊन शाळेत ये' असं सांगितलं. मग राजा बोलता झाला. त्यानं सरांना सांगितलं, की कचरा पेटवल्यानंतर बेल झाली. माझ्या ग्रुपमधली सगळी मुलं प्रार्थनेला गेली, पण कचरा विझवण्यासाठी मी तिथंच थांबलो. मी कचरा विझवायला लागलो, एवढ्यात राष्ट्रगीत सुरू झालं. तुम्ही शिकवलं

होतं, राष्ट्रगीताला स्तब्ध उभा राहायचं. तुमच्या आज्ञेनुसार राष्ट्रगीताला मी स्तब्ध उभा राहिलो. तोपर्यंत त्यांची गंजी पेटली. त्यामध्ये माझी काही चुकी नव्हती. हे ऐकून आमचे सरसुद्धा गदगदले होते. त्यातून 'राष्ट्रगीत' कथा अवतरली...

दहावीत होतो. हाताला काम नव्हतं. आबू नाना सुताराकडे कामाला गेलो. त्यांनी ताकारीला काम घेतलेलं. तिथं मारवाड्याचं घर होतं. त्या घरामध्ये फर्निचरचं काम चालू होतं. दोघं-तिघं कामगार होते. तिथंच आमचा मुक्काम होता. आबू नाना गावाकडून सकाळी यायचे. तोपर्यंत मी कामाला सुरुवात केलेली असायची. रंद्याचं पान लावायचं. लाईनदोरी आखायची. दार, चौकट फिटींग बघायचं. हातोडं, तासणी, पातळी, मोळं, दास्तानी ठेवायचं. भुसा लोटायचा. लाकडाचं तुकडं, फळ्यांचं कुंडकं एका जागी करायचं. रात्र झाली, की तिथंच जेवायचं. तिथली एक मुलगी जेवण द्यायची. ती मुलगी मुलगी सुंदर बाहुलीसारखी होती. देखणी. गोरीपान. चुणचुणीत.

एक दिवस लक्षात आलं, ती इतर तिघांपेक्षा मला चार घास जास्तच वाढत होती. आग्रह पण करत होती. त्यावेळी वयाची झपूर्झा अवस्था होती. आतून खूप गुदगुल्या झाल्यासारखं वाटत होतं. आता आपण तिथंच कायम कामाला राहावं असं वाटायला लागलं, पण कामावरून लक्ष उडालं. कशातच लक्ष लागत नव्हतं. असं का होतंय तेही समजत नव्हतं. रात्रंदिवस मारवाड्याची मुलगी जेवण वाढत आहे असं दिसायचं.

पण त्याचवेळी मनात प्रचंड भीती उभारायची. घरची परिस्थिती आठवायची. आईचं आजारपण डोळ्यांसमोर दिसायचं. अंथरूणाला खिळलेले दादा समोर यायचे. उन्हानं काळवंडलेल्या कातडीची माझी ताई नजरेसमोर दिसायची. आपण खूप मोठं पाप करतोय अशी अपराधी भावना तयार व्हायची. कुठल्यातरी एका विषारी अज्ञात अंधाऱ्या प्रदेशात आपण प्रवेश करत आहोत असं वाटत राहायचं.

एके दिवशी तर खूपच अस्वस्थ झालो. स्वतःवरच स्वतःचा ताबा उरला नाही. रात्रभर झोपलो नाही. दुसऱ्या दिवशी आबू नानाला सांगितलं, "माझे क्लास सुरू होणार आहेत. मी उद्यापासून कामावर येणार नाही." मी तेही काम सोडलं.

आता कामाची सवय झाली होती. गरिबी अंगवळणी पडली होती. सकाळी उठावं. शेणघाण काढावं. म्हशींना वैरण. रेड्याला भरडा. मग अंगण लोटायचं. शनिवार, रविवार दादापाटलांच्या बागेत, कधी कुणाच्या ऊसाच्या सरी पाडायला. कधी कोळप्यावर. कधी डुब्यावर. कधी कुळवावर. कधी हायब्रीड काढायला. कधी सड येचायला. कधी घर रंगवायला.

असंच एकदा घर रंगवायला गेलो होतो. आबुनानानं ते कॉन्ट्रॅक्ट घेतलं होतं. ताकारीचे सुखदेव मास्तर आणि आबुनाना जवळचे मित्र. त्यांच्या घराचं फर्निचरचं

काम झाल्यानंतर ते आबुनानाला म्हणाले, "लागलीच घर रंगवून दे. तुझ्याकडे कामाला पोरं आहेत."

मग आबुनानानं आम्हाला घर रंगवायला शिकवलं. दिवसभर फर्निचरचं काम करायचं. रात्री घर रंगवायचं. आम्ही सगळे त्याच घरात झोपायला होतो. रात्री बारा-एक वाजेपर्यंत घर रंगवून तिथंच झोपायचं. सकाळी उठून सगळं आवरलं, की पुन्हा फर्निचरच्या कामाला लागायचं. रात्री तिथंच डाळभात शिजवायचा. जेवण करायचं. कधीकधी फिस्ट करायची.

एके दिवशी रात्री अशीच फिस्ट केली होती. अंडी आणली होती. आम्ही चौघंही भरपूर जेवलो. उपळावीचा उतमा थोडा जास्त जेवला. फिस्ट असली, की उतमा टाकून यायचा. त्याला कुठं दारू सापडायची हे कळायचं पण नाही. कारण त्यावेळी अखंड ताकारीत दारूचं दुकान नव्हतं. त्या दिवशीही तो टाकून आला होता. नंतर आम्ही कामाला लागलो. दोन-एक तास गेले असतील. एवढ्यात लाईट गेली. रात्रीचे अकरा वाजून गेले होते. आता लाईट येणार नाही असं सुखदेव मास्तरनी सांगितलं. मग आम्ही सर्व झोपी गेलो.

पहाटे तीन-चारच्या दरम्यान उत्तमाला संडासला आली. तो उठला. अंधारात चापचू लागला. त्याला पाणी हवं होतं. एका डब्यात पाणी आहे याची खात्री करून तो संडासला जाऊन आला. पुन्हा झोपी गेला.

नेहमीप्रमाणं आम्ही सकाळी लवकर उठलो. उत्तमही उठला, पण उठताना सगळं अंथरूण त्याच्या पार्श्वभागाला चिकटलं होतं. त्यानं ओढायचा प्रयत्न केला, पण ते निघत नव्हतं. मग सगळ्यांच्या लक्षात आलं, रात्री अंधारात हा संडासला गेला, त्यावेळी त्यानं पाणी नेलं नव्हतं. ऑइलपेंटचा डबाच घेऊन गेला होता. चपटी लावल्यामुळे त्याला तंद्रीत काही समजलंच नव्हतं. सगळेजण खूप खूप हसायला लागले.

दिवस असेच जात होते. ताई बापूच्यात भांगलायला जात होती. आई-आण्णांच्यात शेंगा तोडायला जायची. कधी मटकी बडवायला. शेतात रोजगारानं गेलं, की त्यातून चार कणसं, कडधान्य मिळायचं. सुगीच्या दिवसात काम भरपूर असायचं. पेरणीच्या मागं तासणीला जायचं. कधीकधी चगाळ येचायला. कधी डुब्याला. कधी कोळपायला.

जूनच्या महिन्यात वरतीकडचा पाऊस सुरू व्हायचा. गार वारा सुटायचा. दिवसभर पावसाची बारीक भुरभुर. कधीकधी दोन-दोन दिवस भुरंगाट. पावसाची झड अशी थांबायचीच नाही. मग पोत्याची खॉळ पांघरायची. दिवसभर रानात काम करायचं. घरी येईपर्यंत थंडीनं कुडकुडायला व्हायचं. आल्याआल्या आई काळ्या पावट्याच्या घुगऱ्या द्यायची. कधी भाजलेली कणसं. कधी उकडलेल्या शेंगा. कधी गरम माडगं. कधी उकडलेलं हुलगं.

अशाच एका टप्प्यावर भजनात गेलो. गावात वेशीपलीकडं मारुतीचं मंदिर. तिथं रोज संध्याकाळी भजन चालायचं. मी तिथं जाऊ लागलो. भजन संपायला रात्रीचे बारा वाजायचे. नंतर घरी जायचं. घरी गेलो, तर दादा माझी वाट बघत जागेच असायचे. अंगणातच जाळ करून शेकत बसलेले असायचे. अलीकडं दादांना गुडघेदुखीबरोबर मधुमेहाचा त्रास सुरू झाला होता. पिवळीजर्द लघवी ठिपकत राहायची. धोतर हळद लावल्यागत व्हायचं. दर दोन-तीन तासाला धोतर बदलायला लागायचं. एकीकडं गुडघेदुखी आणि दुसरीकडे मधुमेह. झोप अशी लागत नव्हती. आजारपणामुळे रात्रभर तळमळत असत. त्यांना जास्त चालताही येत नव्हतं.

सकाळी उठल्यावर दादांना परसाकडं न्यायचं. घरापुढंच न्हाणी होती. दगडाचा खिळा रचून तयार केलेली. तिथंच त्यांना संडासला बसवायचं. नंतर संडास धुवायची. थोड्या वेळानं सोप्यात आणून झोपवायचं. नंतर न्हाणी स्वच्छ करायची. दादांना पुन्हा आणून अंघोळ घालायची. त्यांची कापडं बदलायची. तोपर्यंत ताईनं चहा केलेला असायचा. दादांना चहा दिल्यानंतर, मी माझं आवरायचो. तुरकाटीच्या खराट्यानं अंगण झाडायचं. गोठ्यातलं शेण निरगुडीच्या फोकाच्या पाटीत भरायचं. घरामागच्या उकिरड्यात नेऊन टाकायचं. अंगणातल्या कडब्याच्या गंजीच्या दोन पेंड्या उपसायच्या. तिथंच कुऱ्हाडीनं कचाकचा तोडायच्या. म्हशीला, रेडकाला वैरण टाकायची. हे सगळं झाल्यावर टॉवेल घेऊन थेट मळूच्या मळ्यात अंघोळीला जायचं. तिथं विहिरीत अंघोळ करून परत यायचं. जेवण करायचं. नंतर शाळेला जायचो. असा रोजचा नित्य नियम चाललेला. दहा-बारा दिवसाला दादांची दाढी करायची. दोन-तीन महिन्यांतून कमरेवरचे केस काढायचे. पंधरा दिवसाला नाचण्यानं हाता-पायाच्या बोटांची वाढलेली वाकडीतिकडी नखं कापायची. अशी स्वच्छता झाली, तरच मनाला बरं वाटायचं.

भजनाला नियमित जात होतो. तिथं तबला शिकलो. वारकरी संप्रदाय पाहिला. सोंगी भजन, संगीत भजन करत राहिलो. सायकलीवरून भजनाला जात होतो. थळु नाना, मालोजी दादा, कधीकधी दिवाण, हेच आमचे भजनाचे गुरू होते. आळसंद, वाझर, बलवडी, विटा. कधी एसटीनं सांगलीला जात होतो. पायाला भिंगरीच लावलेली. बरोबर दोस्त असायचे. विलास पाटील, यशवंत पाटील, महादेव पवार, जगन्नाथ पाटील, दिवंगत बबन पवार, मारुती सुतार, शिवा सुतार.

एकदा भजनाला लेंगरे इथं गेलो होतो. सत्तर वर्षांची नानी फक्त भजन म्हणत नव्हती, तर गड्यागत धाडशी पण होती. साप पकडायची. गावातली भांडणं सोडवायची. कीर्तनाला टाळ घेऊन कासोटा घालून उभी राहायची. शीलक उतरायची. रेच काढायची. गावात एखादी बाळंतीण अडली, तर सोडवायची. ईंचू चावला, तर औषध द्यायची. गावातलं कीर्तन, पारायण तीच पार पाडायची. मग 'आंबुनानी' अवतरली. दुकानदारी.

चढउतार. यातील पात्रं अशीच कुठं कुठं भेटली.

त्या पात्रांनी मनात घर केलं होतं. पुढं वकील झाल्यावर अशीच पात्रं भेटत राहिली. कितीतरी वर्षांनी ती कागदावर उतरली आणि 'वाटणी' हा कथासंग्रह अवतरला.

दहावीचा निकाल लागला. मी वर्गात पहिला आलो. इंग्रजी विषयात जिल्ह्यात पहिला आलो. पहिलीपासून दहावीपर्यंतचा असा हा प्रवास. तो दहा वर्षांचा प्रवास, पण दहा हजार मैलांचं काटेरी अंतर चालल्यासारखा. अंधाऱ्या बोगद्यांमधून चालत राहिल्यासारखा. जीव घुसमटून टाकणारा. कधी मन कोळपून टाकणारा. कधी अंगावर रोमांच उभा करणारा. कधी आयुष्यावर प्रेम करावं असं वाटायला लावणारा. कधी हे सारं आयुष्यच संपवून टाकावं असं वाटायला लावणारा. जवळचं कुणाला म्हणायचं? लांबच कुणाला म्हणायचं? मित्र कुणाला म्हणायचं? सगळे प्रश्नच प्रश्न उभे होते त्या काळात. दहावीनंतर काय? हा मोठा प्रश्न उभा राहिला. पुढं तर वाळवंटच होते. शिक म्हणणारं कुणी नव्हतं. खिशात तर दमडी नव्हती, पण तरीही कॉलेजला गेलो.

आणि पुढचा प्रवास सुरू झाला. कॉलेजपासून वकील होईपर्यंत. खडतर, रखरखीत. त्याबद्दल असंच पुन्हा कधीतरी. तूर्तास थांबू का?

लेखक परिचय

ॲड. कृष्णा विठोबा पाटील

राष्ट्राधार निवास, विटा रोड, कैलास कॉम्प्लेक्सच्या पाठीमागे

तासगांव, ता. तासगांव, जि. सांगली - ४१६३१२

मोबाईल - ९३७२२४१३६८

– **शिक्षण** –

बीएससी, एलएलबी

– **व्यवसाय** –

वकील (जिल्हा सत्र न्यायालय, सांगली येथे प्रॅक्टिस)

– **प्रकाशित पुस्तके** –

भारत मरत आहे?

वारं आमच्या हक्काचं!

ढाल, तलवार आणि घोडा या पलीकडचे शिवराय

मोलाची ठेव (कथासंग्रह)

वाटणी (कथासंग्रह)

– **विविध सामाजिक चळवळीतील सहभाग** –

पाणी संघर्ष चळवळ

दुष्काळग्रस्त चळवळ

विद्रोही सांस्कृतिक चळवळ

मराठा क्रांती मोर्चा समन्वयक

विवाहपूर्व व विवाह उत्तर समुपदेशन चळवळ

– **पुरस्कार** –

दहाहून अधिक 'समाजभूषण' पुरस्कार

'राजर्षी शाहू जीवन गौरव' पुरस्कार

'रत्नगुंज समाज भूषण' पुरस्कार

'शिवतेज वसगडे गौरव' पुरस्कार

श्रावस्ती बहुद्देशीय सेवाभावी संस्थेचा सामाजिक पुरस्कार

पुस्तक प्रकाशित करणं झालं सोपं अर्थात
#AnyoneCanPublish अंतर्गत प्रकाशित झालेली पुस्तकं :

अनु. क्र.	पुस्तकाचे नाव	लेखकाचे नाव	किंमत
१.	पौर्णिमेच्या कथा	चिंतामणी देशपांडे	१३०/-
२.	मनाच्या आरश्यात	प्रिया खैरे पाटील	२४०/-
३.	मनतरंग	प्रिया खैरे पाटील	१३०/-
४.	दृष्टी	कांचन शेंडे	१९०/-
५.	चित्रकर्मी	आशिष निनगुरकर	२९९/-
६.	माझी भटकंती	दिलीप वैद्य	१५०/-
७.	आत्मसंवाद	रमेश राठोड	१३०/-
८.	साद	पुष्पा तारे	१६०/-
९.	भुकेलेल्या देशाची कृषि महासत्तेकडे वाटचाल	अनिल शिंदे	२६०/-
१०.	वाट चालता चालता	पुष्पा सराफ, रोशनी सराफ, नक्षत्रा सराफ	१३०/-
११.	पाऊलवाटेवर चालताना	सुचेता अवसरे	१३०/-
१२.	कृष्णं वंदे जगद्गुरूम	श्यामसुंदर राठी	१९९/-
१३.	बापा तुझं आभाळ	हनुमंत भवारी	१३०/-
१४.	रुपक कथा	शशांक देव	९९/-
१५.	केशव-लक्ष्मी कृपा	राधिका श्रीराम घोरपडे	१३०/-
१६.	शिंपल्यातील मोती	अंजना चौगुले-चावरे	१९९/-
१७.	प्रपात	प्रणव लेले	१२५/-
१८.	'जागृती'तून जागृतीकडे	जयश्री काळे	३८०/-
१९.	गंधाळलेली फुले	यशवंत पाटील	१९०/-
२०.	भवताल	मनीषा आवेकर	१८०/-
२१	सामर्थ्य विचारांचे	सतीश सूर्यवंशी	२५०/-
२२.	अभिनयांकित	जयश्री दानवे	२५०/-
२३.	मोलाची ठेव	कृष्णा पाटील	२२८/-

अनु. क्र.	पुस्तकाचे नाव	लेखकाचे नाव	किंमत
२४.	बासरी	किरण वेताळ	१२५/-
२५.	द जेनेटिक वेडिंग रिंग	मंदार मुंडले	९९/-
२६	फुलांच्या दुनियेत	मृणाल तुळपुळे	१७०/-
२७.	Incremental learning of Electricity Smart Meter Data	Archana Y. Chaudhari Preeti Mulay	८५०/-
२८.	छोड अकेला फिर जाओ	उर्मी रुमी	१७०/-
२९.	प्रवासातून प्रबोधन	श्रीराम भास्करवार	१९०/-
३०.	गढीवरच्या आईसाहेब	डॉ. यशवंत पाटील	१५०/-
३१.	भरून येणाऱ्या डोळ्यांतून	अरुणकुमार जोशी	१२०/-
३२.	द्रौपदीबाई पठाण	प्रिया गोगावले-विखे	
३३.	मुरडण	बालाजी मदन इंगळे	१३०/-
३४.	अन्नगाथा	डॉ. मृणाल पेडणेकर	१४०/-
३५.	विवेकवेल	वसंत गायकवाड	४९९/-
३६.	व्यक्तिमत्त्व विकासाचा कोलाज	विनोद बिडवाईक	२००/-
३७.	निवडक डॉ. गिरीश दाबके	डॉ. गिरीश दाबके	५२०/-
३८.	कवडसे	डॉ. अरविंद वैद्य	
३९.	रुबाब	अमोल सोंडकर	१४०/-
४०.	Titan slayers	Soha Mehendale	१८०/-
४१.	An Eternal	Dr. Arjun Shirsath	१४०/-
४२.	Karmaveer Bhaurao Patil :Life and work of a rebel	Bharat Kavathekar	१९०/-
४३.	महासत्तेच्या वाटेवर	युवराज कोरे	१४०/-
४४.	घेरं	वासुदेव डहाके	६७०/-

अनु. क्र.	पुस्तकाचे नाव	लेखकाचे नाव	किंमत
४५.	स्वयंविकासाची स्वयंप्रेरणा	विनोद बिडवाईक	२२०/-
४६.	माझा युरोप प्रवास	अशोक केसरकर (प्रवास)	२८०/-
४७.	इंडिया डायरी	प्रमोद देशपांडे (माहितीपर)	२००/-
४८.	India Dairy	Pramod Deshpande (English)	२४०/-
४९.	राम तोचि विठ्ठल	शीला देशमुख (ललित)	१५०/-
५०.	चैत्रपालवी	चैत्राली कुळकर्णी (कविता)	१८०/-
५१.	काट्यातले मोरपीस	अरुण कटारे (कविता)	१८०/-
५२.	पालवी	काशीराम बोर (कविता)	१३०/-
५३.	अंतरंग सावल्यांचे	सदाशिव शेंडे (कविता)	१९०/-
५४.	भावबंध	मोहन सरडे (ललित)	१७०/-
५५.	ईशोपनिषद	सुरेश गर्जे (अध्यात्म)	१५०/-
५६.	फुलबाग	सुरेश गर्जे (ललित)	१२०/-
५७.	रामराज्य	सुरेश गर्जे (अध्यात्म)	१७०/-
५८.	तुका आकाशाएवढा	सुरेश गर्जे (अध्यात्म)	२२०/-
५९.	पैसा, पैसा आणि पैसा	सुरेश गर्जे (ललित)	170/-
६०.	भारतभर सायकलभ्रमण	दत्तात्रय मेहेंदळे (ललित)	370/-
६१.	कचराकोंडी ते पंधरा कोटी	सतीश वैजापूरकर (माहितीपर)	180/-
६२.	कोवळी पाने	संदीप काळे (कविता)	125/-
६३.	धूमधडाका	मयूरेश कुळकर्णी (कथा)	230/-
६४.	Unalome	Shweta Bharati (अध्यात्म)	250/-
६५.	होम मिनिस्टर	युवराज कोरे (कादंबरी)	180/-
६६.	ओवीरूप भगवद्गीता	आर. जी. पाटील (अध्यात्म)	870/-
६७.	आरोग्यधाम	बी. के. तेली (चौधरी) (आरोग्य)	150/-

अनु. क्र.	पुस्तकाचे नाव	लेखकाचे नाव	किंमत
६८.	सप्रेम	अर्जुन शिरसाठ (कविता)	१४०/-
६९.	साष्टांग	अर्जुन शिरसाठ (कविता)	१४०/-
७०.	रेन वॉटर हारवेस्टींग	प्रवीण खांडवे (माहितीपर)	१९९/-
७१.	शिवसूत्र	योगेश क्षत्रिय (सेल्फ हेल्प)	२९०/-
७२.	Vitality in human resource	Vinod Bidvaik (self help)	२९९/-
७३.	Holistic approach	Vinod Bidvaik (self help)	१२०/-
७४.	The genetic wedding ring	Mandar Mundale (Ebook only)	९९/-
७५.	Andra Recipe	Vijaya Lakshmi (Telgu book)	९९०/-

पुस्तक खरेदीसाठी संपर्क : ८८८८८४९०५०
पुस्तके ऑनलाइन उपलब्ध
amazon.in / flipkart/ https://sakalpublications.com